Krishnana Navaneeta Nyayakatva vidyarthigalige

First Edition: March 2022
Published by
MIDAM FOUNDATION,
Midam Ashram, K.p.natham village,
Puducherry-605102

Author: Dr.Bhawana A Badhe
Translated by Mrs. Chitra Torvi

ISBN 9788195525430

Illustrations by Priti Pandurangan & others
Front Cover: Sushrut Badhe, First & Last Page Illustration: Aroul Vendhan

For Queries contact:
midamashram@gmail.com

M.R.P: INR 153/-

ಮೂಲ ಲೇಖಕರ ನುಡಿ

ಮಾನವ ಕುಲದ ಕಲ್ಯಾಣಕ್ಕಾಗಿ ಸ್ವಯಂ ಭಗವಂತನು ನೀಡಿದ ಶ್ರೀಮದ್‌ಭಗವದ್ಗೀತೆಯ ಶಾಶ್ವತವಾದ ಅಮರವಾದ ಜ್ಞಾನಸುಧೆಯನ್ನು ವಿದ್ಯಾರ್ಥಿಗಳ ಜ್ಞಾನ ವರ್ಧನೆಗಾಗಿ ಸುಲಭವಾಗಿ ಹೇಗೆ ಅವರಿಗೆ ತಲುಪಿಸಬೇಕು ಎಂಬ ಚಿಂತನೆ ನನ್ನಲ್ಲಿ ತೀವ್ರವಾಗಿ ಮೂಡಿ ಬಂದಿತ್ತು. ಈ ಗಂಭೀರವಾದ ಹಾಗೂ ಆಳವಾದ ಗೀತೆಯ ಈ ಜ್ಞಾನ ಭಂಡಾರದ ವಿಷಯವು ಚಿಕ್ಕ ವಯಸ್ಸಿನ ವಿದ್ಯಾರ್ಥಿಗಳಿಗೆ ಅರ್ಥಮಾಡಿಕೊಳ್ಳಲು ಸಾಧ್ಯವಾಗಬಹುದೇ? ಎಂಬ ಸಂಶಯವು ಕೂಡಾ ನನ್ನ ಮನಸ್ಸಿನಲ್ಲಿತ್ತು. ಈ ಕಾರಣದಿಂದಾಗಿ ಈ ಗ್ರಂಥದಲ್ಲಿ ಅಡಗಿದ ಶ್ರೇಷ್ಠ ಪರಿಕಲ್ಪನೆಗಳನ್ನು ಸರಳೀಕರಿಸಿ ನೀಡುವ ಕುರಿತಾಗಿ ಮಾರ್ಗದರ್ಶನ ಪಡೆಯಲು ನನ್ನ ಪೂಜ್ಯ ಗುರುಗಳಾದ ಶ್ರೀ ಮಧುಸೂದನ ದಾಮ್ಲೆಯವರನ್ನು ಪ್ರಾರ್ಥಿಸಿದೆ. ಅವರ ಮಾರ್ಗದರ್ಶನದಂತೆ ಮುಂದುವರೆಯುತ್ತ ನನ್ನ ಭೋಜನ ಸಮಯದ ವಿರಾಮದ ವೇಳೆಯಲ್ಲಿ ಪುದುಚೇರಿಯ “ವಿದ್ಯಾನಿಕೇತನ ಪಾಠಶಾಲೆ”ಯ 9ನೇ ತರಗತಿಯ ವಿದ್ಯಾರ್ಥಿಗಳಿಗೆ ಈ ಗ್ರಂಥದ ಜ್ಞಾನವನ್ನು ಆಂಗ್ಲ ಭಾಷೆಯಲ್ಲಿ ಬೋಧಿಸಲು ಪ್ರಾರಂಭಿಸಿದೆ. ವಿದ್ಯಾರ್ಥಿಗಳ ಉತ್ಸಾಹ, ಆಸಕ್ತಿ ಹಾಗೂ ಪ್ರತಿಕ್ರಿಯೆಗಳನ್ನು ಕಂಡು ನಾನು ಬಹಳ ಸಂತುಷ್ಟಳಾದೆ. ಎರಡು ತಂಡಗಳ ವಿದ್ಯಾರ್ಥಿಗಳಿಗೆ ಬೋಧಿಸಿದ ನಂತರ ಈ ವಿಷಯವನ್ನು ಕುರಿತು ಪುಸ್ತಕ ಬರೆಯಬೇಕೆಂದು ಸಲಹೆ ನನ್ನ ವಿದ್ಯಾರ್ಥಿಗಳಿಂದ ಬಂದಾಗ ನಾನು ಅತ್ಯಂತ ಉತ್ಸುಕಳಾಗಿ ಹಿಗ್ಗಿದೆ. ಈ ರೀತಿಯಲ್ಲಿ “Krishna’s Butter for Champion Students” ಎಂಬ ಪುಸ್ತಕವು ಮೂಡಿ ಬರಲು ಕಾರಣವಾಯಿತು. ನನ್ನ ಪ್ರೀಯ ಶಿಷ್ಯಳಾದ ಶ್ರೀಮತಿ ಚಿತ್ರ ತೋರವಿಯವರ ಮೂಲಕ ಅನುವಾದಿತಗೊಂಡ ಈ ಪುಸ್ತಕವನ್ನು ನಿಮ್ಮಂಥ ಸಜ್ಜನರ ಮುಂದೆ ಪ್ರಸ್ತುತಪಡಿಸಿದುದು ನನ್ನ ಭಾಗ್ಯವೆಂದು ನಾನು ಭಾವಿಸುತ್ತೇನೆ.

ವರ್ತಮಾನದ ಈ ಸಂದರ್ಭದಲ್ಲಿ ಭಗವದ್ಗೀತೆಯ ಸರ್ವವ್ಯಾಪಕತ್ವ ಹಾಗೂ ಪ್ರಸ್ತುತತೆ ಕುರಿತಾಗಿ ನನ್ನ ಪೂಜ್ಯ ಗುರುಗಳಾದ ಶ್ರೀ ದಾಮ್ಲೆಯವರು “ಶ್ರೀ ಮದ್‌ಭಗವದ್ಗೀತೆಯಲ್ಲಿ ಬೋಧಿಸಲಾದ ಎಲ್ಲ ತಂತ್ರಜ್ಞಾನವು ಪರಿಪೂರ್ಣವಾಗಿದ್ದು ಸಮಾಜದ ಎಲ್ಲ ವರ್ಗದ ವ್ಯಕ್ತಿಗಳು, ಸಮುದಾಯದವರು ಹಾಗೂ ವಿವಿಧ ರಂಗಗಳಲ್ಲಿಯ ಜನರು ಇದನ್ನು ತಮ್ಮ ನಿಜ ಜೀವನದಲ್ಲಿ ಅಳವಡಿಸಿಕೊಳ್ಳಲು ಯೋಗ್ಯವಾಗಿರುವುದೆಂದು” ತಮ್ಮ ನಿಖರವಾದ ಅಭಿಪ್ರಾಯವನ್ನು ವ್ಯಕ್ತಪಡಿಸಿದ್ದಾರೆ. ಇಲ್ಲಿಯ ತತ್ವಗಳನ್ನು ಅನುಸರಿಸುವುದರಿಂದ ಒಬ್ಬ ಯೋಗಿಯು ಉತ್ತಮ ಯೋಗಿಯಾಗಲು, ಒಬ್ಬ ಯೋಧನು ಅತ್ಯುತ್ತಮ ಯೋಧನಾಗಲು, ಒಬ್ಬ ವ್ಯಾಪಾರಿಯು ಅತ್ಯುತ್ತಮ ವ್ಯಾಪಾರಿಯಾಗಲು, ಒಬ್ಬ ರಾಜಕಾರಣಿಯು ಉತ್ತಮ ರಾಜಕಾರಣಿಯಾಗಲು, ಒಬ್ಬ ಶಿಕ್ಷಕನು ಉತ್ತಮ ಶಿಕ್ಷಕನಾಗಲು ಹಾಗೂ ಒಬ್ಬ ವಿದ್ಯಾರ್ಥಿ ಉತ್ತಮ ವಿದ್ಯಾರ್ಥಿಯಾಗಲು ಸಾಧ್ಯವಾಗುತ್ತದೆ ಎಂದು ತಿಳಿಸಿಕೊಟ್ಟಿದ್ದಾರೆ.

ಶ್ರೀ ದಾಮ್ಲೆಯವರ ಪ್ರಭಾವದಲ್ಲಿ ಬೆಳೆದ 'ಶ್ರೀ ಸುಶ್ರುತ್ ಬಢೆಯ' ಶ್ರೀ ಭಗವದ್ಗೀತೆಯ ಕಾವ್ಯಾತ್ಮಕ ಗ್ರಂಥ "The Rythm of Krishna" ನನ್ನಿಂದ ಆಂಗ್ಲ ಭಾಷೆಯಲ್ಲಿ ರಚಿತವಾದ "Krishna's Butter for Champion Students" ನನ್ನ ಗುರುಬಂಧುವಾದ ಶ್ರೀ ಅರವಿಂದ ಚಂಢೋರ್ಕರ್ ರವರು ಮರಾಠಿ ಭಾಷೆಯಲ್ಲಿ ಅನುವಾದಿಸಿದ ಪುಸ್ತಕ ಹಾಗೂ ನಂತರದಲ್ಲಿ ಹಿಂದಿ ಭಾಷೆಯಲ್ಲಿ ಅನುವಾದಿಸಿದ "ಕೃಷ್ಣ ನವನೀತ" ಹಾಗೂ ಪ್ರಸ್ತುತ ಶ್ರೀಮತಿ ಚಿತ್ರ ತೋರವಿಯವರ ಈ ಕನ್ನಡ ಭಾವಾನುವಾದ ಈ ಎಲ್ಲ ಘಟನೆಗಳು ಕೇವಲ ಆಕಸ್ಮಿಕ ಮಾತ್ರವಲ್ಲದೇ ಪರಮಾತ್ಮನ ಪರಮ ಕೃಪೆಯ ಫಲಗಳೆಂಬುದು ನನ್ನ ಧೃಡ ನಂಬಿಕೆ.

ಶ್ರೀ ಮದ್‌ಭಗವದ್ಗೀತೆಯಂತಹ ಶ್ರೇಷ್ಠ ಆಧ್ಯಾತ್ಮಿಕ ಗ್ರಂಥವು ನಮ್ಮ ಜೀವನವನ್ನು ಅತ್ಯುತ್ತಮ ರೀತಿಯಲ್ಲಿ ಹೇಗೆ ಸಾಗಿಸಬೇಕು ಎಂಬುದರ ಕುರಿತಾಗಿ ಸ್ಪಷ್ಟ ಹಾಗೂ ವೈಜ್ಞಾನಿಕವಾದ ಮಾರ್ಗದರ್ಶನವನ್ನು ನೀಡುತ್ತದೆ. ನಮ್ಮ ಜೀವನ ಮಾರ್ಗವು ಸೂಕ್ತವಾಗಿದೆ ಎಂಬುದನ್ನು ನಾವು ಅರಿತುಕೊಂಡರೆ ನಮ್ಮ ಸಮಗ್ರ ಜೀವನವು ಸಂಪೂರ್ಣವಾಗಿ ಪರಮಾತ್ಮನೆಡೆಗೆ ಸಾಗಿಸಲು ಸಹಕಾರಿಯಾಗುತ್ತದೆ.

ಶ್ರೀ ಕೃಷ್ಣನ ವ್ಯಕ್ತಿತ್ವವು ಒಂದೆಡೆ ಆದರ್ಶ ಶಿಕ್ಷಕ ಯಾರು ಹಾಗೂ ಅವನು ಹೇಗಿರಬೇಕು ಎಂಬುದನ್ನು ತೋರ್ಪಡಿಸಿದರೆ ಮತ್ತೊಂದು ಕಡೆ ಅರ್ಜುನನ ವ್ಯಕ್ತಿತ್ವವು ಆದರ್ಶ ವಿದ್ಯಾರ್ಥಿಯಾಗಲು ನಿಷ್ಠೆ, ಜ್ಞಾನಾಕಾಂಕ್ಷೆ ಹಾಗೂ ಜ್ಞಾನವನ್ನು ಗ್ರಹಿಸಬೇಕೆಂಬ ಉತ್ಸುಕತೆಯ ಪ್ರತೀಕನಾಗಿರುವುದನ್ನು ತಿಳಿಸುತ್ತದೆ.

ನಾವು ಉತ್ತಮ ಹಾಗೂ ಸಾರ್ಥಕ ಜೀವನವನ್ನು ಸಾಗಿಸಲು ಬಯಸಿದಲ್ಲಿ ನಾವು ಎಂದಿಗೂ ಉತ್ತಮ ಹಾಗೂ ಪರಿಪೂರ್ಣ ವಿದ್ಯಾರ್ಥಿಯಾಗಿ ಇರಬೇಕು ಎಂಬ ಸಂದೇಶವನ್ನು ಶ್ರೀ ಕೃಷ್ಣನು ತನ್ನ ಪ್ರೀಯ ಶಿಷ್ಯ ಅರ್ಜುನನಿಗೆ ಉಪದೇಶಿಸಿದ್ದಾನೆ. ನಾವುಗಳು ಸಹ ಶ್ರೀ ಕೃಷ್ಣನು ಉಪದೇಶಿಸಿದ ಈ ಸುಂದರ ಸಂದೇಶವನ್ನು ಅನುಸರಿಸಿದರೆ ನಮ್ಮ ಜೀವನವೂ ಕೂಡಾ ಅತ್ಯುತ್ತಮವಾಗುವುದರಲ್ಲಿ ಯಾವ ಸಂದೇಹವೂ ಇರುವುದಿಲ್ಲ. ಇಂದಿನ ಪಾಠಶಾಲೆಗಳಿಂದಲೇ ಭಾರತ ದೇಶದ ಉಜ್ವಲ ಭವಿಷ್ಯ ಹೊರಹೊಮ್ಮಲಿದೆ ಮತ್ತು ಇಂದಿನ ಜನಾಂಗದ ವಿದ್ಯಾರ್ಥಿಗಳು ಈ ರಾಷ್ಟ್ರ ನಿರ್ಮಾಣದಲ್ಲಿ ಭಾರಿ ಕೊಡುಗೆ ನೀಡಬಲ್ಲವರಾಗಿದ್ದಾರೆ. ಈ ದಿಶೆಯಲ್ಲಿ ವಿದ್ಯಾರ್ಥಿಗಳ ಅಕ್ಷರ ವರ್ಧನೆಗೆ ಸಹಾಯಕವಾದ ನಿರ್ದಿಷ್ಟ ಶ್ಲೋಕಗಳನ್ನು ಹಾಗೂ ಅವುಗಳ ಸೂಕ್ತತೆಯನ್ನು ಗಮನದಲ್ಲಿಟ್ಟುಕೊಂಡು ಇಲ್ಲಿ ಆಯ್ಕೆ ಮಾಡಿಕೊಳ್ಳಲಾಗಿದೆ. ವ್ಯಕ್ತಿಗಳು, ಪೋಷಕರು, ಶಿಕ್ಷಕರು, ಕುಟುಂಬದವರು, ಸಮಾಜ ಮತ್ತು ಇಡೀ ಪ್ರಪಂಚದೊಂದಿಗೆ ವಿದ್ಯಾರ್ಥಿಗಳು ತಮ್ಮ ಜೀವನವನ್ನು ನಡೆಸಿಕೊಂಡು ಹೋಗುವಾಗ ಅವರು ಯಾವುದೇ ರೀತಿಯ ಆತಂಕಕ್ಕೂ ಒಳಗಾಗದೇ ಕಾರ್ಯ ಸಿದ್ಧರಾಗಿ ಸರಿಯಾದ ಮಾರ್ಗವನ್ನು ಅಳವಡಿಸಿಕೊಳ್ಳಲು ಮತ್ತು ಇದನ್ನು ಅನುಸರಿಸಲು

ಸಮರ್ಥರಾಗುತ್ತಾರೆ. ಭಗವದ್ಗೀತೆಯಲ್ಲಿನ ಶ್ರೀ ಕೃಷ್ಣ ಮತ್ತು ಅರ್ಜುನರ ನಡುವಿನ ಈ ಸಂಭಾಷಣೆಯ ನಿಜವಾದ ಸಂದೇಶವು ನಮ್ಮೊಳಗಿನ ಆಂತರಿಕ ಮೂಲಸ್ಫೂರ್ತಿಯ ನೆಲೆಯನ್ನು ನಮ್ಮ ಬಾಹ್ಯ ಸ್ಫೂರ್ತಿಯನ್ನಾಗಿ ಪರಿವರ್ತಿಸಿ ಅದಕ್ಕೆ ತಕ್ಕಂತೆ ಜೀವನವನ್ನು ರೂಪಿಸಿಕೊಳ್ಳುವುದಾಗಿದೆ. ಭಗವದ್ಗೀತೆಯ ಈ ಸಂದೇಶವನ್ನು "ಗೀತೆಯ ಪ್ರಸಾದ" ಎಂದು ಅರಿತು ಇದನ್ನು ಸಂಪೂರ್ಣವಾಗಿ ಮನಸ್ಫೂರ್ತಿಯಾಗಿ ಸ್ವೀಕರಿಸುವಂತೆ ನಾನು ಎಲ್ಲಾ ವಿದ್ಯಾರ್ಥಿಗಳನ್ನು ಆಮಂತ್ರಿಸುತ್ತೇನೆ. ಏಕೆಂದರೆ ಇದು ನಮ್ಮೆಲ್ಲರ ಜೀವನವನ್ನು ಸಂಪೂರ್ಣವಾಗಿ ರೂಪಾಂತರಗೊಳಿಸಿ ಸರ್ವೋತ್ತಮರನ್ನಾಗಿ ಮಾಡುವ ಸಾಮರ್ಥ್ಯವನ್ನು ಹೊಂದಿದೆ. ನನ್ನ ಮೂಲ ಆಂಗ್ಲ ಭಾಷೆಯ ಪುಸ್ತಕದಲ್ಲಿ ನಾನು ಬಳಸಿದ ಸಂಸ್ಕೃತ ಶ್ಲೋಕಗಳನ್ನು ಆಂಗ್ಲ ಭಾಷೆಯಲ್ಲಿ ಅನುವಾದ ಮಾಡುವಾಗ, ಶ್ರೀ ಸುಶ್ರುತ್ ಬಢೆಯವರು ಇವು ಸುಲಭವಾಗಿ ಅರ್ಥವಾಗಲೆಂದು ಬಹಳ ಎಚ್ಚರಿಕೆಯಿಂದ ಪ್ರಾಸಬದ್ಧವಾಗಿ ಭಾಷಾಂತರಿಸಿದ್ದಾರೆ. ನೀವು ಕೂಡಾ ಅರ್ಜುನನಂತೆ ಆದರ್ಶ ವಿದ್ಯಾರ್ಥಿಗಳಾಗಲಿಯೆಂದು ಬಯಸುತ್ತಾ, ಶ್ರೀ ಕೃಷ್ಣನು ಅರ್ಜುನನಿಗೆ ನೀಡಿದ ಉಪದೇಶವನ್ನು ನಿಮ್ಮ ನಿಮ್ಮ ಜೀವನದಲ್ಲಿ ಅಳವಡಿಸಿಕೊಳ್ಳಲು ಪ್ರತಿಜ್ಞೆ ಮಾಡುವವರಿಗೆ ಸಮರ್ಪಿಸಿದ್ದೇನೆ.

ಡಾ. ಭಾವನಾ ಬಢೆ
ಮೂಲ ಲೇಖಕರು

❀ ❀ ❀

ಪೀಠಿಕೆ

ಮಹರ್ಷಿ ವೇದವ್ಯಾಸರಿಂದ ರಚಿತವಾದ ಪ್ರಾಚೀನ ಸಂಸ್ಕೃತ ಭಾಷೆಯ ಮಹಾಕಾವ್ಯವಾದ 'ಮಹಾಭಾರತವು' ಒಂದು ಲಕ್ಷ ಶ್ಲೋಕಗಳನ್ನು ಹೊಂದಿದ್ದು 18 ಪರ್ವಗಳಲ್ಲಿ ರಚಿತವಾಗಿದೆ. 700 ಶ್ಲೋಕಗಳಿಂದ ಸುಶೋಭಿತವಾದ ಶ್ರೀಮದ್ ಭಗವದ್ಗೀತೆಯು 18 ಅಧ್ಯಾಯಗಳನ್ನು ಹೊಂದಿದ್ದು ಮಹಾಭಾರತದ ಭೀಷ್ಮ ಪರ್ವದಲ್ಲಿ ಸ್ಥಿತವಾಗಿದೆ.

ಕುರುವಂಶದ ಎರಡು ಪಂಗಡಗಳಾದ ಕೌರವ ಮತ್ತು ಪಾಂಡವರು ಹಸ್ತಿನಾಪುರದ ಸಮೀಪದ ಕುರುಕ್ಷೇತ್ರದ ಪುಣ್ಯ ಭೂಮಿಯಲ್ಲಿ ಯುದ್ಧ ಸನ್ನದ್ಧರಾಗಿ ನಿಂತಿದ್ದಾರೆ. ಅಂಧನಾದ ಧೃತರಾಷ್ಟ್ರ ಮಹಾರಾಜನು ಸಾಮ್ರಾಜ್ಯದ ಉತ್ತರಾಧಿಕಾರಿತ್ವವನ್ನು ದುಷ್ಟನಾದ ತನ್ನ ಜೇಷ್ಠ ಪುತ್ರ ದುರ್ಯೋಧನನ ಬದಲಾಗಿ ಸದ್ಗುಣವಂತನಾದ ಜೇಷ್ಠ ಪಾಂಡುಪುತ್ರ ಯುಧಿಷ್ಠಿರನಿಗೆ ನೀಡಲು ನಿಶ್ಚಯಿಸುತ್ತಾನೆ, ಆದರೆ ದುರ್ಯೋಧನನು ಕಪಟ ಹಾಗೂ ವಂಚನೆಗಳಿಂದ ತನ್ನನ್ನು ರಾಜ್ಯದ ಉತ್ತರಾಧಿಕಾರಿಯೆಂದು ಘೋಷಿಸಿಕೊಳ್ಳುತ್ತಾನೆ, ಅಲ್ಲದೇ ಪಾಂಡವರ ವಿನಾಶಕ್ಕಾಗಿ ಅನೇಕ ಕುಟಿಲ ತಂತ್ರಗಳನ್ನು ಪ್ರಯೋಗಿಸುತ್ತಾನೆ. ಆದರೆ ಭಗವಂತನ ಅನುಗ್ರಹದಿಂದ ಪಾಂಡವರು ಸುರಕ್ಷಿತರಾಗಿರುತ್ತಾರೆ.

ಕುರುವಂಶದ ಬಂಧುವಾದ ಹಾಗೂ ಧರ್ಮ ಪಕ್ಷಪಾತಿಯಾದ ಶ್ರೀ ಕೃಷ್ಣನು ಯುದ್ಧದ ಘೋರ ಭೀಕರ ದುರಂತಗಳನ್ನು ತಪ್ಪಿಸಲು ಸಂಕಲ್ಪಿಸಿ ತಾನೇ ಸ್ವತಃ ರಾಯಭಾರವನ್ನು ವಹಿಸಿ ಪಾಂಡವರಿಗೆ ಸಾಮ್ರಾಜ್ಯದ ಅಧಿಕಾರದ ಬದಲಾಗಿ ಕೇವಲ 05 ಗ್ರಾಮಗಳನ್ನು ನೀಡಲು ದುರ್ಯೋಧನನೊಡನೆ ಪ್ರಸ್ತಾಪಿಸುತ್ತಾನೆ, ಆದರೆ ದುಷ್ಟನಾದ ದುರ್ಯೋಧನನು ಶ್ರೀ ಕೃಷ್ಣನ ಪ್ರಸ್ತಾಪವನ್ನು ತಿರಸ್ಕರಿಸುತ್ತಾ ಪಾಂಡವರಿಗೆ ನಾನು ಸೂಜಿಯ ಮೊನೆಯಷ್ಟು ಭೂಮಿಯನ್ನು ಕೂಡಾ ನೀಡುವುದಿಲ್ಲವೆಂದು ದುರಹಂಕಾರದಿಂದ ನುಡಿಯುತ್ತಾನೆ, ಇದರ ಪರಿಣಾಮವಾಗಿ ಕೌರವ–ಪಾಂಡವರಲ್ಲಿ ಯುದ್ಧವು ಅನಿವಾರ್ಯವಾಗುತ್ತದೆ. ರಾಜ ಮಹಾರಾಜರು, ಚರ್ಕವರ್ತಿಗಳು, ಕುರುಕುಲದ ಹಿರಿಯರು, ಅತಿರಥ ಮಹಾರಥರು ಹೀಗೆ 18 ಅಕ್ಷೋಹಿಣಿ ಸೈನ್ಯವು ಪರಸ್ಪರ ಕೌರವ–ಪಾಂಡವ ಪಕ್ಷಪಾತಿಗಳಾಗಿ ವಿಂಗಡಣೆಗೊಂಡು ಯುದ್ಧಸನ್ನದ್ಧರಾಗಿ ನಿಂತಿದ್ದಾರೆ. ಕೌರವ–ಪಾಂಡವರಿಗೆ ಶಸ್ತ್ರವಿದ್ಯಾದಾನ ಮಾಡಿದ ಗುರು ದ್ರೋಣಾಚಾರ್ಯರು ಹಾಗೂ ಕುರುಕುಲ ಪಿತಾಮಹರಾದ ಭೀಷ್ಮರು ತಮ್ಮ ಸ್ವಯಂ ಪ್ರತಿಜ್ಞೆಗಳ ಫಲವಾಗಿ ಅನಿವಾರ್ಯವಾಗಿ ಕೌರವರ ಪಕ್ಷದಲ್ಲಿ ಗುರುತಿಸಿಕೊಂಡಿದ್ದಾರೆ.

ಈ ಮಹಾಯುದ್ಧದಲ್ಲಿ ಶ್ರೀ ಕೃಷ್ಣನು ಶಸ್ತ್ರವನ್ನು ಹಿಡಿಯುವುದಿಲ್ಲವೆಂದು ಘೋಷಿಸುತ್ತಾನೆ, ಆಗ ದುರ್ಯೋಧನನು ಕೃಷ್ಣನ ಬದಲಾಗಿ ಅವನ ಯಾದವ ಸೇನೆಯನ್ನು ಆಯ್ಕೆ ಮಾಡಿಕೊಳ್ಳುತ್ತಾನೆ. ಅರ್ಜುನನು ಸಂತಸದಿಂದ ಶ್ರೀ ಕೃಷ್ಣನಲ್ಲಿ ಪ್ರಾರ್ಥಿಸಿ ಅವನನ್ನು

ಪಾಂಡವರ ಪಕ್ಷಕ್ಕೆ ಆಹ್ವಾನಿಸಿಕೊಳ್ಳುತ್ತಾನೆ. ಹೀಗೆ ಶ್ರೀ ಕೃಷ್ಣನು ಅರ್ಜುನನ ಸಾರಥಿಯಾಗಿ ಯುದ್ಧಭೂಮಿಯಲ್ಲಿ ವಿಜೃಂಭಿಸುತ್ತಾನೆ. ರಾಜಗೃಹದಲ್ಲಿ ಆಸೀನನಾದ ಧೃತರಾಷ್ಟ್ರ ಮಹಾರಾಜನು ಶ್ರೀ ವೇದವ್ಯಾಸರಿಂದ ದಿವ್ಯ ದೃಷ್ಟಿ ಪಡೆದ ಸಂಜಯನನ್ನು ಕುರಿತು ಯುದ್ಧ ಭೂಮಿಯ ಆಗು ಹೋಗುಗಳ ಕುರಿತಾಗಿ ಪ್ರಶ್ನೆ ಕೇಳುವುದರೊಂದಿಗೆ ಈ ಮಹಾನ್ ಭಗವದ್ಗೀತೆಯು ಪ್ರಾರಂಭವಾಗುತ್ತದೆ.

"ಧರ್ಮಕ್ಷೇತ್ರೇ ಕುರುಕ್ಷೇತ್ರೇ ಸಮವೇತಾ ಯುಯುತ್ಸವಃ
ಮಾಮಕಾಃ ಪಾಂಡವಾಶ್ಚೈವ ಕಿಮಕುರ್ವತ ಸಂಜಯ"

"ಹೇ ಸಂಜಯ ಧರ್ಮಕ್ಷೇತ್ರವಾದ ಕುರುಕ್ಷೇತ್ರದಲ್ಲಿ ಯುದ್ಧೋತ್ಸಾಹದಿಂದ ನೆರೆದ ನನ್ನವರು ಹಾಗೂ ಪಾಂಡವರ ಮಧ್ಯೆ ಏನು ನಡೆಯುತ್ತಿದೆ"

ಈ ಪ್ರಸ್ತಾವನೆಯೊಂದಿಗೆ ನಾವು ಭಗವದ್ಗೀತೆಯ ಮುಖ್ಯವಾದ ವಿಷಯದ್ವಾರವನ್ನು ಪ್ರವೇಶಿಸಿ ಅದರಲ್ಲಿಯ ತತ್ವ ಮತ್ತು ಸಿದ್ಧಾಂತಗಳನ್ನು ಅರಿತು ಕಾರ್ಯರೂಪದಲ್ಲಿ ತರಲು ಪ್ರಯತ್ನಿಸೋಣ. ಈ ಸಂದೇಶ ನಮ್ಮ ವರ್ತಮಾನ ಜೀವನದಲ್ಲಿ ಅಳವಡಿಸಿಕೊಳ್ಳಲು ಅತ್ಯಂತ ಸೂಕ್ತ ಹಾಗೂ ಪ್ರಯೋಜನಕಾರಿಯಾಗಿದೆ.

ನಾವೂ ಕೂಡಾ ಕೌರವ-ಪಾಂಡವರಂತೆ ಹಲವಾರು ಬಾರಿ ಸರಿ-ತಪ್ಪಿನ ಕುರಿತಾಗಿ ದ್ವಂದ್ವ ಭಾವನೆಯನ್ನು, ಯುದ್ಧದ ಪ್ರಸಂಗಗಳನ್ನು ನಮ್ಮ ಅಂತರ್ಯದಲ್ಲಿ ಎದುರಿಸುತ್ತಿರುತ್ತೇವೆ. ಇಂಥ ಹೋರಾಟವನ್ನು ಸಮರ್ಥವಾಗಿ ಎದುರಿಸಲು ಹಾಗೂ ಸಮರ್ಪಕವಾದ ಯಶಸ್ಸಿನ ಮಾರ್ಗವನ್ನು ಅನುಸರಿಸಲು ಈ ಗ್ರಂಥವು ಖಂಡಿತವಾಗಿಯೂ ನಮಗೆಲ್ಲರಿಗೂ ಸಹಕಾರಿ ಹಾಗೂ ಮಾರ್ಗದರ್ಶಿಯೂ ಆಗಿದೆ.

❀ ❀ ❀

ಶ್ರೀ ಖಾಂಡವೇ ಗುರೂಜಿಯವರ ಮುನ್ನುಡಿ

ಅಜ್ಜಿ ತನ್ನ ಮೊಮ್ಮಕ್ಕಳಿಗೆ ಹೇಗೆ ಅಕ್ಕರೆಯಿಂದ ವರ್ಣರಂಜಿತವಾಗಿ ಹಲವಾರು ಕಥೆಗಳನ್ನು ಹೇಳುವಳೋ ಹಾಗೇ ಅತ್ಯಂತ ಸರಳ ರೀತಿಯಿಂದ ಶ್ರೀಮತಿ ಭಾವನಾ ಬಢೆಯವರು ಶ್ರೀಮದ್ ಭಗವದ್ಗೀತೆಯಂತಹ ಗಹನವಾದ ವಿಷಯವನ್ನು ವಿದ್ಯಾರ್ಥಿಗಳಿಗೆ ಅತ್ಯಂತ ಸುಲಭವಾಗಿ ವಿವರಿಸಲು ಪ್ರಯತ್ನಿಸಿದ್ದಾರೆ. 700 ಶ್ಲೋಕಗಳನ್ನೊಳಗೊಂಡ ಶ್ರೀಮದ್ ಭಗವದ್ಗೀತೆಯ ಅಧ್ಯಯನವನ್ನು ಸಾಮಾನ್ಯವಾಗಿ ಜನರು ವಯಸ್ಸಾದವರಿಗೆ ಅಥವಾ 40 ವರ್ಷ ದಾಟಿದ ವಯೋಮಾನದವರಿಗೆ ಎಂಬ ಕಲ್ಪನೆಯಿದೆ. ಆದರೆ ಈ ಗ್ರಂಥದ ಅಧ್ಯಯನವು ವಿದ್ಯಾರ್ಥಿಗಳ ಚಾರಿತ್ರ್ಯ ವರ್ಧನೆಗೆ ಅತ್ಯಂತ ಪ್ರಯೋಜನಕಾರಿಯಾಗಿದೆ ಎಂಬ ಕಲ್ಪನೆಯೇ ರೋಚಕವೂ ಹಾಗೂ ಪ್ರಶಂಸನೀಯವಾಗಿದೆ. ಈ 700 ಶ್ಲೋಕಗಳಲ್ಲಿ ವಿದ್ಯಾರ್ಥಿಗಳ ಜ್ಞಾನ ವರ್ಧನೆಯ ದೃಷ್ಟಿಯಿಂದ ಸೂಕ್ತವಾದ 100 ಶ್ಲೋಕಗಳನ್ನು ಆಯ್ಕೆ ಮಾಡಿಕೊಂಡು ಅವುಗಳಿಂದಾಗುವ ಪ್ರಯೋಜನಗಳನ್ನು ಲೇಖಕಿಯರು ಸ್ಪಷ್ಟವಾಗಿ ತಿಳಿಸಿಕೊಟ್ಟಿದ್ದಾರೆ. ಗೀತೆಯ ಅತಿ ಮುಖ್ಯವಾದ ಸಂದೇಶವೇನೆಂದರೆ **"ಕಲಿಯುವುದು, ಕಲಿಸುವುದು ಹಾಗೂ ಕಲಿತದ್ದನ್ನು ಅನುಷ್ಠಾನಕ್ಕೆ ತರುವುದು"** ಎಂಬುದಾಗಿದೆ. ಇದರ ತಾತ್ಪರ್ಯವೇನೆಂದರೆ ನಾವು ಕೂಡಾ **"ಅರ್ಜುನನಂತೆ ಆದರ್ಶ ವ್ಯಕ್ತಿಯಾಗಿ ಈ ಅಧ್ಯಯನದ ಜ್ಞಾನವನ್ನು ನಮ್ಮ ದಿನ ನಿತ್ಯದ ಜೀವನದಲ್ಲಿ ಆಚರಣೆಗೆ ತರುವುದು"** ಈ ಸುಂದರವಾದ ಸಂದೇಶದಿಂದಾದ ಗುರು–ಶಿಷ್ಯರ ಸಂಬಂಧವು ಹೇಗೆ ಗಟ್ಟಿಗೊಳ್ಳುತ್ತದೆ ಎಂಬುದನ್ನು ಲೇಖಕಿಯವರು ಇಲ್ಲಿ ಬಹಳ ಸರಳ ಹಾಗೂ ಸುಂದರವಾಗಿ ಸ್ಪಷ್ಟಪಡಿಸಿದ್ದಾರೆ.

ಯುದ್ಧ ಭೂಮಿಯಲ್ಲಿ ಆತಂಕಗೊಂಡು ನಿಸ್ತೇಜನಾದ ಮತ್ತು ಮೋಹಾಂಧಕಾರಗಳಿಗೆ ಒಳಗಾದ ವೀರ ಯೋಧ ಅರ್ಜುನನು ಒಬ್ಬ ಆದರ್ಶ ಶಿಷ್ಯನಾಗಿ ತನ್ನ ಗುರು ಶ್ರೀ ಕೃಷ್ಣನಲ್ಲಿ ಶರಣಾಗತಿ ಹೊಂದಿ ಅವನು ನೀಡಿದ ಮಾರ್ಗದರ್ಶನವನ್ನು ಅನುಸರಿಸಿ ತನ್ನ ಆಂತರಿಕ ನೈಜ ಶಕ್ತಿಯನ್ನು ಯೋಗ್ಯವಾದ ದಿಕ್ಕಿನಲ್ಲಿ ಪ್ರವಹಿಸಿ ತನ್ನ ಮೂಲ ಪ್ರಕೃತಿ ಹಾಗೂ ಸ್ವಭಾವವನ್ನು ಹೇಗೆ ಮರಳಿ ಒಪ್ಪಿಕೊಳ್ಳುತ್ತಾನೆ ಎಂಬುದನ್ನು ಲೇಖಕಿಯರು ಅತ್ಯಂತ ಸುಂದರವಾಗಿ ಹೃದ್ಗಮ್ಯವಾಗಿ ಈ 100 ಶ್ಲೋಕಗಳ ಮೂಲಕ ಸ್ಪಷ್ಟಪಡಿಸಿದ್ದಾರೆ. ಕರ್ಮಫಲಗಳಲ್ಲಿ ಸಂಪೂರ್ಣವಾಗಿ ಅನಾಸಕ್ತರಾಗಿ, ನಿಸ್ಪೃಹವಾಗಿ ಕರ್ತವ್ಯವನ್ನು ಮಾಡಿ ತಮ್ಮನ್ನು ಹೇಗೆ ಸಮರ್ಪಿಸಿಕೊಳ್ಳಬೇಕು ಎಂಬ ಕರ್ಮಯೋಗದ ರಹಸ್ಯವನ್ನು ಇಲ್ಲಿ ವಿದ್ಯಾರ್ಥಿಗಳಿಗೆ ನೀಡಲಾಗಿದೆ.

ವಿದ್ಯಾರ್ಥಿಗಳು ತಮ್ಮ ದೈಹಿಕ ಸಾಮರ್ಥ್ಯವನ್ನು ಹೆಚ್ಚಿಸಿಕೊಳ್ಳಲು ಪ್ರಯತ್ನಿಸುವಾಗ ನೆನಪಿಟ್ಟುಕೊಳ್ಳಬೇಕಾದ ಅತ್ಯಂತ ಅವಶ್ಯಕ ವಿಷಯವೇನೆಂದರೆ **"ಇಂದ್ರಿಯಗಳಿಗಿಂತ ಮನಸ್ಸು ಶ್ರೇಷ್ಠ, ಮನಸ್ಸಿಗಿಂತ ಶ್ರೇಷ್ಠವಾದದ್ದು ಜಾಗೃತವಾದ ಬುದ್ಧಿ ಹಾಗೂ ಜಾಗೃತ ಬುದ್ಧಿಗಿಂತ**

ಶ್ರೇಷ್ಠವಾದದ್ದು ಶಾಶ್ವತವಾದ ಆತ್ಮತತ್ವ" ಎಂಬ ರಹಸ್ಯವನ್ನು ಈ ಶಾಶ್ವತವಾದ ಪರಮಸತ್ಯವನ್ನು ವಿದ್ಯಾರ್ಥಿಗಳು ಎಂದೆಂದಿಗೂ ಗಮನದಲ್ಲಿಟ್ಟುಕೊಂಡು ಸರಿಯಾದ ಮಾರ್ಗದಲ್ಲಿ ಸಾಗಬೇಕು. ವೈಯಕ್ತಿಕ ಪ್ರಗತಿಯ ಸಾಧನೆಯ ನಂತರ **'ವೈಶ್ವಿಕ ವಿದ್ಯಾರ್ಥಿ'**ಯಾಗುವುದು ಅತ್ಯವಶ್ಯಕವಾಗಿದೆ ಎಂಬ ಸಂದೇಶವನ್ನು ಲೇಖಕಿಯರು ಇಲ್ಲಿ ತಿಳಿಸುತ್ತಾ **"ಯುಕ್ತಾಹಾರ ವಿಹಾರಸ್ಯ ಯುಕ್ತಚೇಷ್ಟಸ್ಯ ಕರ್ಮಸು"** ಎಂಬ ಸಂದೇಶವನ್ನು ವಿಶೇಷವಾಗಿ ಉಲ್ಲೇಖಿಸಿದ್ದಾರೆ. ವಿದ್ಯಾರ್ಥಿಗಳು ಈ ದಿಶೆಯಲ್ಲಿ ಮಾಡುವ ಎಲ್ಲ ಪ್ರಯತ್ನಗಳ ಮೂಲಕ ಭಗವಂತನಲ್ಲಿ ಅಧಿಕ ಭಕ್ತಿ ಉಂಟಾಗಿ ಅವರಲ್ಲಿ ದೈವೀ ಗುಣಗಳ [illegible] ಅರಿವು ಮೂಡಲು ಸಹಕಾರಿಯಾಗುವಂತೆ ಈ ರಚನೆಯನ್ನು ಸ್ಪಷ್ಟವಾಗಿ ನಿಯೋಜಿಸಿಲಾಗಿದೆ.

ಈ ಮೇಲಿನ ಸಂದೇಶವನ್ನು ಜೀವನದಲ್ಲಿ ಅಳವಡಿಸಿಕೊಳ್ಳುವುದರ ಜೊತೆಗೆ ವಿದ್ಯಾರ್ಥಿಗಳು ತಮ್ಮಲ್ಲಿ ಸ್ಥಿತವಾದ ಸಾತ್ವಿಕ, ರಾಜಸ ಹಾಗೂ ತಾಮಸ ಗುಣಗಳ ಸ್ವಭಾವಗಳನ್ನು ಅರಿತು ತಮ್ಮ ವೈಯಕ್ತಿಕ ಪ್ರಾಕೃತಿಕ ಸ್ವಭಾವಕ್ಕನುಗುಣವಾಗಿ ಜೀವನದಲ್ಲಿ ಪ್ರಗತಿ ಪಥದತ್ತ ಹೇಗೆ ಮುಂದೆ ಸಾಗಬೇಕು ಎಂಬುದನ್ನು ಇಲ್ಲಿ ಅತಿ ಸುಂದರವಾಗಿ ಉಲ್ಲೇಖಿಸಿದ್ದಾರೆ. ಪ್ರಸಿದ್ಧ ಸಲಹೆಗಾರರು ಮತ್ತು ಮನಶಾಸ್ತ್ರಜ್ಞರು ವಿದ್ಯಾರ್ಥಿಗಳಿಗೆ ಮಾರ್ಗದರ್ಶನ ನೀಡುವಾಗ ಹೇಗೆ ಆಪ್ತವಾದ ಹಾಗೂ ಸೂಕ್ತ ಸಲಹೆಗಳನ್ನು ನೀಡುವರೋ ಅದೇ ರೀತಿಯಾಗಿ ಇಲ್ಲಿ ಲೇಖಕಿಯೂ ಕೂಡಾ ವಿವಿಧ ಉದಾಹರಣೆಗಳ ಮೂಲಕ ಮನಮುಟ್ಟುವಂತೆ ಸಲಹೆ ನೀಡಿದ್ದಾರೆ.

ಯುದ್ಧದ ಸಂದರ್ಭವನ್ನು ಎದುರಿಸುವಾಗ ಅರ್ಜುನನು ಮೊದಲು ಹೇಗೆ ಪರಿಸ್ಥಿತಿಯನ್ನು ಸಂಪೂರ್ಣವಾಗಿ ವಿಶ್ಲೇಷಿಸಿ ಅನಂತರ ಪರಿಸ್ಥಿತಿಯನ್ನು ಎದುರಿಸಲು ಸಿದ್ಧನಾದನೋ ಅದೇ ರೀತಿಯಲ್ಲಿ ವಿದ್ಯಾರ್ಥಿಗಳು ಕೂಡಾ ತಮ್ಮ ಜೀವನಮಾರ್ಗವನ್ನು ರೂಪಿಸಿಕೊಳ್ಳುವ ಮೊದಲು ಪ್ರತಿಜ್ಞೆ ಮಾಡಿ ಅದರಂತೆ ಪ್ರಯತ್ನಶೀಲರಾದಲ್ಲಿ ಅವರು ಕೂಡಾ ಅತ್ಯಂತ ಯಶಸ್ವಿಯಾಗುವುದರಲ್ಲಿ ಯಾವ ಸಂದೇಹವೂ ಇರುವುದಿಲ್ಲ ಎಂಬುದನ್ನು ಲೇಖಕಿಯರು ಇಲ್ಲಿ ಅತ್ಯಂತ ಮನೋಜ್ಞವಾಗಿ ವಿವರಿಸಿದ್ದಾರೆ.

ಶ್ರೀಮತಿ ಭಾವನಾ ಬಢೆಯವರು ಅವರ ಪೂಜ್ಯ ಗುರುಗಳಾದ ಶ್ರೀ ಮಧುಸೂದನ ದಾಮ್ಲೆಯವರ ಮಾರ್ಗದರ್ಶನದಲ್ಲಿ ಬರೆದ ಈ ಪುಸ್ತಕವು ವರ್ಣನಾತೀತವಾಗಿದೆ. ಅದಕ್ಕಾಗಿ ನಾನು ಲೇಖಕಿಯವರನ್ನು ಮತ್ತೊಮ್ಮೆ ಅಭಿನಂದಿಸುತ್ತಾ ವಿದ್ಯಾರ್ಥಿಗಳು ತಮ್ಮ ಚರಿತ್ರ ನಿರ್ಮಾಣದಲ್ಲಿ ಈ ಪುಸ್ತಕವನ್ನು **'ಗೀತೆಯ ಪ್ರಸಾದ'**ವೆಂದು ಸ್ವೀಕರಿಸಿ ಕೃತಾರ್ಥರಾಗಲು ಕೋರುತ್ತೇನೆ.

❀ ❀ ❀

ಲೇಖಕರ ನುಡಿ

"ತೇನ ವಿನಃ ತೃಣಮಪಿ ನ ಚಲತಿ" ಪರಮಾತ್ಮನ ಅನುಜ್ಞೆ ಇಲ್ಲದೇ ಒಂದು ತೃಣವೂ ಕೂಡಾ ಅತ್ತಿತ್ತ ಅಲ್ಲಾಡದು. ಅಂತೆಯೇ ಪರಮಾತ್ಮನ ಇಚ್ಛೆ ಇಲ್ಲದೇ ಏನನ್ನು ಕೂಡಾ ಸಾಧಿಸಲು ಸಾಧ್ಯವಾಗುವುದಿಲ್ಲ ಎಂಬುದನ್ನು ನಾನು ಕೇಳಿ ಅರಿತ್ತಿದ್ದೇನೆ. ಆದರೆ ಈ ಮಾತಿನ ಪರಮ ಸತ್ಯದ ಅನುಭವವು ಈ ಪುಸ್ತಕವನ್ನು ಆಂಗ್ಲ ಭಾಷೆಯಿಂದ ಕನ್ನಡ ಭಾಷೆಗೆ ತರ್ಜುಮೆ ಮಾಡುವಾಗ ನನ್ನ ಸ್ವಂತ ಅನುಭವಕ್ಕೆ ಬಂದಿತು.

ಶ್ರೀಮತಿ ಭಾವನಾ ಬಢೆಯವರ **"The Krishna's Butter for Champion Students"** ಎಂಬ ಆಂಗ್ಲ ಭಾಷೆಯ ಪುಸ್ತಕದ ಕನ್ನಡ ಭಾವಾನುವಾದವಾದ ಈ ಪುಸ್ತಕವು ಭಗವಂತನ ಕೃಪೆಯಿಂದಲೇ ಮೂಡಿ ಬಂದಿದೆ. ಭಗವದ್ಗೀತೆಯ ತತ್ವಗಳ ಅರಿವೇ ಇರದ ನನಗೆ ಈ ಪುಸ್ತಕದ ಲೇಖಕಿ ಶ್ರೀಮತಿ ಭಾವನಾ ಬಢೆಯವರು ತಮ್ಮ ಭೋಜನ ವಿರಾಮದ ವೇಳೆಯಲ್ಲಿ ಆತ್ಮೀಯವಾಗಿ ನನಗೆ ಗೀತೆಯನ್ನು ಭೋಧಿಸುತ್ತಿದ್ದರು. ಅಲ್ಲದೇ ಅವರ ಆಂಗ್ಲ ಪುಸ್ತಕ **"The Krishna's Butter for Champion Students"** ದ ಮೂಲಕ ಮಕ್ಕಳಿಗೆ ಗೀತೆಯ ಮೌಲ್ಯಗಳನ್ನು ಕಲಿಸಿಕೊಡಲು ನನಗೆ ತರಬೇತಿಯನ್ನು ಕೂಡಾ ನೀಡಿ ಪ್ರೋತ್ಸಾಹಿಸಿದರು. ಹೀಗೆ ಅವರ ಮಾರ್ಗದರ್ಶನದಲ್ಲಿ ನಾನು ಮಕ್ಕಳೊಂದಿಗೆ ಗೀತೆಯ ಮೌಲ್ಯಗಳನ್ನು ಹಂಚಿಕೊಳ್ಳಲು ಪ್ರಾರಂಭಿಸಿದೆ. ಶ್ರೀಮತಿ ಭಾವನಾ ಬಢೆಯವರು ನನಗೆ ನಿಜ ಅರ್ಥದಲ್ಲಿ ಗುರುಗಳಾಗಿ ಶ್ರೀ ಕೃಷ್ಣನು ಅರ್ಜುನನಿಗೆ ಬೋಧನೆ ನೀಡಿದಂತೆ ನನ್ನ ಭಾವನೆಗಳಿಗೆ ಸ್ಪಂದಿಸುತ್ತ ನನಗೆ ಸರ್ವರೀತಿಯಿಂದಲೂ ಪ್ರೇರೆಪಣೆ ನೀಡಿ ಸಹಕರಿಸಿದ್ದಾರೆ.

ಒಂದು ದಿನ ಶ್ರೀಮತಿ ಭಾವನಾ ಬಢೆಯವರು ತಮ್ಮ ಆಂಗ್ಲ ಭಾಷೆಯ **"The Krishna's Butter for Champion Students"** ಪುಸ್ತಕವನ್ನು ಕನ್ನಡ ಭಾಷೆಗೆ ಭಾವಾನುವಾದ ಮಾಡಲು ನನಗೆ ಸಲಹೆ ನೀಡಿದಾಗ, "ಇಂತಹ ಮಹತ್ಕಾರ್ಯವು ನನ್ನಿಂದ ಸಾಧ್ಯವೇ?" ಎಂಬ ಸಂಶಯ ನನ್ನಲ್ಲಿ ಮೂಡಿತು. ಭಾವಾನುವಾದ ಮಾಡಬಲ್ಲೆನೆಂಬ ಆತ್ಮವಿಶ್ವಾಸ ನಿಜಕ್ಕೂ ನನ್ನಲ್ಲಿರಲಿಲ್ಲ. ಆದರೆ ಶ್ರೀ ಕೃಷ್ಣ ಪರಮಾತ್ಮನ ಅನುಗ್ರಹವೆ ಏನೋ ಒಂದು ದಿನ ನನ್ನ ಮನಸ್ಸಿಗೆ "ದೈವದ ಮೇಲೆ ಭಾರ ಹಾಕಿ ನಾನೇಕೆ ಪ್ರಯತ್ನಿಸಬಾರದು" ಎಂಬ ಯೋಚನೆ ಮೂಡಿತು. ಶ್ರೀ ಕೃಷ್ಣನಲ್ಲಿ ಪ್ರಾರ್ಥಿಸಿ ಕನ್ನಡ ಭಾವಾನುವಾದ ಮಾಡಲು ಸಂಕಲ್ಪಿಸಿದೆ. ಭಗವಂತನಲ್ಲಿ ಸಂಕಲ್ಪಿಸಿದ ಕಾರ್ಯವನ್ನು ನಿರ್ವಹಿಸಲು ಭಗವಂತನೇ ದಾರಿ ತೋರುತ್ತಾನೆ ಎಂಬುದು ನನಗೆ ಇಲ್ಲಿ ಖಚಿತವಾಯಿತು. ಒಂದು ದಿನ ಆಕಸ್ಮಿಕವಾಗಿ ನನ್ನ ಬಂಧು ಶ್ರೀ ನಾರಾಯಣ ಕುಲಕರ್ಣಿಯವರ ಜೊತೆ ದೂರವಾಣಿಯಲ್ಲಿ ಮಾತನಾಡುವಾಗ ದೇವರ ಅನುಗ್ರಹದಿಂದ ಶ್ರೀಯುತ ಭೀಮರಾವ ಅಪರಂಜಿ ಎಂಬ ಮಹಾನುಭಾವರೊಬ್ಬರ ಸಂಪರ್ಕವೂ ದೂರವಾಣಿಯ ಮೂಲಕವೇ ನನಗೆ ದೊರೆಯಿತು.

ಶ್ರೀಯುತರು ಭಾರತೀಯ ತತ್ವಶಾಸ್ತ್ರ, ದರ್ಶನಶಾಸ್ತ್ರ, ಸಂಸ್ಕೃತ ಹಾಗೂ ಕನ್ನಡ ಮಹಾಕಾವ್ಯಗಳ ಆಳವಾದ ಪಾಂಡಿತ್ಯ ಪಡೆದ ವಿದ್ವಾಂಸರಾಗಿದ್ದು ಅವುಗಳಲ್ಲಿಯ ಮೌಲ್ಯಗಳನ್ನು ಪ್ರಸ್ತುತ ಸಮಕಾಲೀನ ಪರಿಸರದಲ್ಲಿ ನಮ್ಮ ನಿಜ ಜೀವನದಲ್ಲಿ ಹೇಗೆ ಅಳವಡಿಸಿಕೊಳ್ಳಬಹುದು ಎಂಬುದನ್ನು ತಮ್ಮ ಲೇಖನ ಹಾಗೂ ಉಪನ್ಯಾಸಗಳ ಮೂಲಕ ಪ್ರಚುರಪಡಿಸುವ ಮಹಾಕಾರ್ಯದಲ್ಲಿ ತೊಡಗಿಸಿಕೊಂಡಿದ್ದಾರೆ. ಪ್ರಸ್ತುತ ಶ್ರೀಯುತರು ನಾರಂಜಾ ಸಹಕಾರಿ ಸಕ್ಕರೆ ಕಾರ್ಖಾನೆ ನಿಯಮಿತ, ಬೀದರದಲ್ಲಿ ವ್ಯವಸ್ಥಾಪಕ ನಿರ್ದೇಶಕರಾಗಿ ಸೇವೆ ಸಲ್ಲಿಸುತ್ತ ಆಡಳಿತ ರಂಗದಲ್ಲಿಯೂ ತಮ್ಮದೇ ಆದ ಕೊಡುಗೆಗಳನ್ನು ನೀಡುತ್ತಿದ್ದಾರೆ. ಯಾವುದೇ ರೀತಿಯ ಪೂರ್ವಪರಿಚಯವಿರದ ಶ್ರೀ ಅಪರಂಜಿಯವರಲ್ಲಿ ಪ್ರಸ್ತುತ ನಾನು ಕೈಗೊಂಡಿರುವ ಈ ಆಂಗ್ಲ ಪುಸ್ತಕದ ಕನ್ನಡ ಭಾವಾನುವಾದವನ್ನು ಭಗವದ್ಗೀತೆಯ ಗಂಭೀರ ತತ್ವಗಳಿಗೆ ಎಲ್ಲಿಯೂ ಕುಂದು ಬಾರದಂತೆ ಪರಿಷ್ಕರಿಸಿ ನೀಡಲು ಬೇಡಿದಾಗ "ಈ ಪುಣ್ಯದ ಕಾರ್ಯಕ್ಕೆ ನಾನೆಂದಿಗೂ ಸಿದ್ಧ" ಎಂದು ಕೂಡಲೇ ಒಪ್ಪಿಕೊಂಡು ಭಾವಾನುವಾದಕ್ಕೆ ನನ್ನನ್ನು ಪ್ರೋತ್ಸಾಹಿಸಿದರು. ನನ್ನ ಭಾವಾನುವಾದದಲ್ಲಿದ್ದ ಎಲ್ಲ ದೋಷಗಳನ್ನು ತಿದ್ದಿ ತಮ್ಮ ಶಬ್ದಗಳ ಮಾಧುರ್ಯವನ್ನು ಅತಿ ಸುಂದರವಾಗಿ ತುಂಬಿ ಅರ್ಥದ ಸ್ಪಷ್ಟತೆ ಮತ್ತು ಭಾವವನ್ನು ಕಾಪಾಡಿಕೊಳ್ಳಲು ಬಹಳ ನಿಷ್ಠೆಯಿಂದ ನನಗೆ ನೆರವಾದರು. ಈ ಭಾವಾನುವಾದದಲ್ಲಿ ಅವರ ಕೊಡುಗೆ ಅಪಾರ ಹಾಗೂ ಅವಿಸ್ಮರಣೀಯ. ಅದಷ್ಟೇ ಅಲ್ಲದೇ ನನ್ನ ಜೊತೆಯಲ್ಲಿ ಮಾತನಾಡುವಾಗಲೆಲ್ಲ ಭಗವದ್ಗೀತೆಯ ಆಳವಾದ ತಮ್ಮ ಜ್ಞಾನವನ್ನು ನನಗೆ ವಿಸ್ತಾರವಾಗಿ ಭೋಧಿಸುತ್ತಿದ್ದರು. ಅವರ ಹೆಸರಿನಂತೆಯೇ ಅವರ ಗುಣ ಕೂಡಾ 'ಅಪರಂಜಿ'ಯೇ ಎಂಬುದು ನನ್ನ ನಮ್ರ ಅನಿಸಿಕೆ.

ಇಂತಹ ಹಿರಿಯರ ಮಾರ್ಗದರ್ಶನದಲ್ಲಿ ನನ್ನ ಕೈಯಿಂದ ಈ ಭಾವಾನುವಾದದ ಕೆಲಸ ನಿರ್ವಹಿಸಿದ್ದು ನನ್ನ "ಅಹೋಭಾಗ್ಯ" ಎಂದು ನಾನು ಭಾವಿಸುತ್ತೇನೆ. ಶ್ರೀಮದ್ ಭಗವದ್ಗೀತೆಯ ಜ್ಞಾನ ಭಂಡಾರವನ್ನು ಇನ್ನೂ ಹೆಚ್ಚು ಹೆಚ್ಚಾಗಿ ವಿದ್ಯಾರ್ಥಿಗಳಿಗೆ ತಲುಪಿಸುವ ಈ ಪುಣ್ಯವಾದ ಕೆಲಸದಲ್ಲಿ ನನ್ನನ್ನು ಭಾಗಿದಾರಳನ್ನಾಗಿ ಸ್ವೀಕರಿಸಿದ್ದಕ್ಕೆ ನನ್ನ ಪೂಜ್ಯ ಗುರುಗಳಾದ ಶ್ರೀಮತಿ ಭಾವನಾ ಬಢೆಯವರಿಗೆ, ಶ್ರೀ ಮಧುಸೂದನ ದಾಮ್ಲೆಯವರಿಗೆ ಮತ್ತು ನನಗೆ ಭಾವಾನುವಾದಕ್ಕೆ ಮಾರ್ಗದರ್ಶನ ನೀಡಿದ ಪೂಜ್ಯ ಶ್ರೀ ಭೀಮರಾವ ಅಪರಂಜಿ ಅವರಿಗೂ ನಾನು ಸದಾಕಾಲಕ್ಕೆ ಚಿರ ಋಣಿಯಾಗಿದ್ದೇನೆ. ಈ ಕನ್ನಡ ಭಾವಾನುವಾದದ ನನ್ನ ಹಸ್ತಪ್ರತಿಗಳನ್ನು ಅತ್ಯಂತ ಆಸಕ್ತಿಯಿಂದ ಶುದ್ಧವಾಗಿ ಕಂಪ್ಯೂಟರೀಕರಣಗೊಳಿಸಿ ಸಹಕರಿಸಿದ ಶ್ರೀ ಬಾಲಾಜಿ ಮಲ್ಲಿಕಾರ್ಜುನ (ಬೀದರ್) ರವರ ಹಾಗೂ ಜ್ವಾಲಾಮುಖಿ ಮುದ್ರಣಾಲಯ ಪ್ರೈವೇಟ್ ಲಿಮಿಟೆಡ್ ಇವರ ಉಪಕಾರವನ್ನು ನಾನು ಸ್ಮರಿಸುತ್ತೇನೆ.

ಶ್ರೀಯುತ ಕಿರಣ ಭಟ್‌ರವರು ಕನ್ನಡ ಭಾಷೆಗೆ ಅನುವಾದಿಸಿದ ನನ್ನ ಈ ಪುಸ್ತಕವನ್ನು ಆಂಗ್ಲ ಭಾಷೆಯ ಮೂಲ ಕೃತಿಯೊಂದಿಗೆ ತುಲನಾತ್ಮಕವಾಗಿ ಪರಿಶೀಲಿಸಿ ಉಪಕರಿಸಿದ್ದಾರೆ.

ತಮ್ಮ ಅಮೂಲ್ಯವಾದ ಸಮಯವನ್ನು ನನಗೆ ನೀಡಿ ಉಪಕರಿಸಿದ ಶ್ರೀಯುತ ಕಿರಣ ಭಟ್‌ರವರ ಉಪಕಾರವನ್ನು ನಾನು ಕೃತಜ್ಞಾಪೂರ್ವಕವಾಗಿ ಈ ಸಂದರ್ಭದಲ್ಲಿ ಸ್ಮರಿಸಿಕೊಳ್ಳುತ್ತೇನೆ. ಈ ಪುಸ್ತಕವನ್ನು ಕೈಯಲ್ಲಿ ಹಿಡಿದ ಎಲ್ಲಾ ವಿದ್ಯಾರ್ಥಿಗಳಿಗೂ ಶ್ರೀ ಕೃಷ್ಣನ ಬೆಣ್ಣೆಯ ರುಚಿ ಪ್ರಾಪ್ತಿಯಾಗಲಿ ಎಂದು ಆಶಿಸುತ್ತ ಸರ್ವರಿಗೂ ಆ ಕೃಷ್ಣನ ಅನುಗ್ರಹ ಸಂಪೂರ್ಣವಾಗಿ ಪ್ರಾಪ್ತವಾಗಲಿ ಎಂದು ಪ್ರಾರ್ಥಿಸುತ್ತೇನೆ.

ನನ್ನ ದಿವಂಗತ ತಂದೆ-ತಾಯಿಯ ಆಶೀರ್ವಾದ, ನನ್ನ ಪೂಜ್ಯ ಹಿರಿಯರಾದ ಅತ್ತೆ-ಮಾವ, ಒಡಹುಟ್ಟಿದವರು ಮತ್ತು ಉಳಿದ ಹಿರಿಯರ ಆಶೀರ್ವಾದ ಮತ್ತು ನನ್ನ ಪತಿ, ಮಕ್ಕಳು ಹಾಗೂ ಸ್ನೇಹಿತರ ಸಹಕಾರ ಹೀಗೆ ಸದಾ ನನ್ನೊಂದಿಗೆ ಇರಲಿ ಎಂದು ಪ್ರಾರ್ಥಿಸುತ್ತಾ ನನ್ನ ಈ ಸಣ್ಣ ಭಾವಾನುವಾದದ ಪ್ರಯತ್ನವನ್ನು ಶ್ರೀ ಕೃಷ್ಣನಿಗೆ ಅರ್ಪಿಸುತ್ತೇನೆ.

ಚಿತ್ರಾ ತೊರವಿ

ಅಧ್ಯಾಯ 01 – ಅರ್ಜುನನ ವಿಷಾದ

ಒಂದು ವೇಳೆ ನಮಗೆ ಯಾವುದೇ ಪರಿಹಾರ ಮಾರ್ಗ ದೊರೆಯದಿದ್ದಲ್ಲಿ ನಾವು ನಮ್ಮ ಗುರುಗಳು, ಹಿರಿಯರು, ಅಥವಾ ನಮ್ಮ ವಿಶ್ವಾಸಾರ್ಹ ಸ್ನೇಹಿತರ ಸಹಾಯ ಪಡೆಯಲು ಎಂದಿಗೂ ಹಿಂಜರಿಯಬಾರದು.

ಅಧ್ಯಾಯ – 01

ಅರ್ಜುನನ ವಿಷಾದ

ಯುದ್ಧ ಪ್ರಾರಂಭವಾಗುವ ಸ್ವಲ್ಪ ಮುಂಚೆ ಅರ್ಜುನನು ತನ್ನ ರಥವನ್ನು ಯುದ್ಧಭೂಮಿಯ ಮಧ್ಯ ಭಾಗಕ್ಕೆ ಕೊಂಡೊಯ್ಯಲು ಶ್ರೀ ಕೃಷ್ಣನನ್ನು ಕೇಳಿಕೊಂಡನು. ಯುದ್ಧಕ್ಕೆ ತಾನು ಸನ್ನದ್ಧನಾಗಲು ಶತ್ರುಗಳ ಸಾಲಿನಲ್ಲಿದ್ದ ಎಲ್ಲ ಯೋಧರನ್ನು ಅವನು ವೀಕ್ಷಿಸಬಯಸಿದನು. ಕೃಷ್ಣನು ಯುದ್ಧ ಭೂಮಿಯ ಮಧ್ಯದಲ್ಲಿ ರಥವನ್ನು ನಿಲ್ಲಿಸಿದಾಗ ಅರ್ಜುನನು ತನ್ನ ಆಪ್ತ ಮಿತ್ರರು, ಹಿರಿಯರು ಹಾಗೂ ಬಂಧುಗಳು ತನ್ನ ವೈರಿಗಳ ಸಾಲಿನಲ್ಲಿ ನಿಂತಿರುವುದನ್ನು ವೀಕ್ಷಿಸಿದನು. ತನ್ನ ವಿರೋಧಿಗಳು ಯಾರು ಎಂಬುದು ಈ ಮೊದಲೇ ಅರ್ಜುನನಿಗೆ ತಿಳಿದಿದ್ದರೂ ಸಹ ಅವನು ಅಂತಿಮ ಕ್ಷಣದಲ್ಲಿ ಅವರೆಲ್ಲರನ್ನು ನೋಡಿ ನಿರ್ವೀರ್ಯನಾಗಿ ತಳಮಳಗೊಂಡನು. ಆತಂಕದ ಸ್ಥಿತಿಯಿಂದಾಗಿ ಅರ್ಜುನನ ಗಂಟಲು ಒಣಗಿ ಅವನ ಕೈಯಲ್ಲಿದ್ದ ಗಾಂಡೀವ ಧನಸ್ಸು ಜಾರಿ ಕೆಳಕ್ಕೆ ಬಿದ್ದಿತು. ಅವನು ಆಗಲೇ ಯುದ್ಧದಲ್ಲಿ ಸೋತೆನೆಂದು ಭಾವಿಸಿದನು ಹಾಗೂ ದುಃಖ ತಪ್ತನಾಗಿ ತಾನು ಯುದ್ಧವನ್ನು ಮಾಡುವುದಿಲ್ಲವೆಂದು ಕೃಷ್ಣನಿಗೆ ಸ್ಪಷ್ಟಪಡಿಸಿದನು. ಕೆಲವೊಮ್ಮೆ ಪರೀಕ್ಷೆ, ಕ್ರೀಡಾಕೂಟ ಅಥವಾ ಸಾಂಸ್ಕೃತಿಕ ಕಾರ್ಯದಂತಹ ಪ್ರಮುಖ ಸಂದರ್ಭಗಳ ಆರಂಭದ ಮುಂಚೆ ಮುಖ್ಯ ಪಾತ್ರ ನಿರ್ವಹಿಸುವ ವ್ಯಕ್ತಿಗಳು ನಿರ್ವೀರ್ಯರಾಗಿ ಆತಂಕಕ್ಕೊಳಗಾಗುವುದನ್ನು ನಾವು ಕಾಣುತ್ತೇವೆ. ಅರ್ಜುನನು ಸಹ ಇದೇ ರೀತಿಯ ಭಾವನೆಗೆ ಒಳಗಾದನು. ಆದರೆ ಒಂದು ವ್ಯತ್ಯಾಸವೇನೆಂದರೆ ಅರ್ಜುನನ ಆತಂಕ ತುಂಬಾ ಅಪಾಯಕಾರಿಯಾಗಿತ್ತು. ಇದರಿಂದ ಅವನು ತನ್ನ ಅನೇಕ ಸಶಸ್ತ್ರ ಯೋಧರ ಜೀವಗಳನ್ನು ಕಳೆದುಕೊಳ್ಳುವ ಸಾಧ್ಯತೆ ಇತ್ತು. ನಮ್ಮ ಜೀವನದ ಅನೇಕ ಸಂದರ್ಭಗಳಲ್ಲಿ ನಾವು ಅತ್ಯುತ್ತಮ ಪ್ರಯತ್ನಗಳನ್ನು ಮಾಡಿದಾಗ್ಯೂ ಸಹ ಹಲವಾರು ಕಠಿಣ ಸವಾಲುಗಳನ್ನು ಎದುರಿಸಬೇಕಾಗುತ್ತದೆ. ಮತ್ತು ಅಂಥಃ ಆತಂಕ ಹಾಗೂ ಒತ್ತಡದ ಸಂದರ್ಭಗಳಿದ್ದಾಗ್ಯೂ ಕೂಡಾ ನಾವು ನಮ್ಮ ಪ್ರಯತ್ನಗಳನ್ನು ಎಂದಿಗೂ ಬಿಡಬಾರದು ಎಂಬುದು ಬಹಳ ಮುಖ್ಯವಾದುದು. ಒಂದು ವೇಳೆ ನಮಗೆ ಯವುದೇ ಪರಿಹಾರ ಮಾರ್ಗ ದೊರೆಯದಿದ್ದಲ್ಲಿ ನಾವು ನಮ್ಮ ಗುರುಗಳು, ಹಿರಿಯರು ಅಥವಾ ನಮ್ಮ ವಿಶ್ವಾಸಾರ್ಹ ಸ್ನೇಹಿತರ ಸಹಾಯ ಪಡೆಯಲು ಎಂದಿಗೂ ಹಿಂಜರಿಯಬಾರದು. ಯುದ್ಧದಲ್ಲಿ ಭಾಗವಹಿಸಲು ತನ್ನನ್ನು ಸಿದ್ಧಪಡಿಸಿಕೊಳ್ಳಲು ಸಾಧ್ಯವಾಗದ ಗೊಂದಲದಿಂದ ಅರ್ಜುನನಿಗೂ ಸಹ ಏನು ಮಾಡಬೇಕೆಂದು ತಿಳಿಯಲಿಲ್ಲ. ತನ್ನ ದುಃಖವನ್ನು ತನ್ನ ಗುರು, ಹಿರಿಯ ಹಾಗೂ ಆತ್ಮೀಯ ಸ್ನೇಹಿತನಾದ ಶ್ರೀ ಕೃಷ್ಣನೊಂದಿಗೆ ಹಂಚಿಕೊಂಡನು.

❀ ❀ ❀

ಅಧ್ಯಾಯ – 02 ಭಾಗ – I

ಕೃಷ್ಣನ ಸನಾತನ ರಹಸ್ಯ ಬೋಧನೆ

ಭಗವದ್ಗೀತೆಯ ಎರಡನೆಯ ಅಧ್ಯಾಯವು ಸರ್ವ ಶ್ರೇಷ್ಠ ಯೋಧನಾದ ಅರ್ಜುನನು ಶತ್ರುಪಾಳೆಯದಲ್ಲಿ ತಾನು ಯುದ್ಧ ಮಾಡಬೇಕಾಗಿರುವ ತನ್ನ ಹಿರಿಯರು, ಗುರುಗಳು, ಸಹೋದರರು ಹಾಗೂ ಬಂಧು ಬಾಂಧವರನ್ನೆಲ್ಲ ವೀಕ್ಷಿಸಿ ಆತಂಕಗೊಂಡು ಖಿನ್ನತೆಗೊಳಗಾದ ಸ್ಥಿತಿಯ ನಿರೂಪಣೆಯಿಂದ ಆರಂಭವಾಗುತ್ತದೆ. ಇಲ್ಲಿ ಅರ್ಜುನನ ದುಃಖಕ್ಕೆ ಕಾರಣವೇನೆಂದು ನಾವು ತಿಳಿಯಬೇಕು. ತನ್ನ ರಕ್ತ ಸಂಬಂಧಿಕರ ಮೇಲಿನ ಮೋಹದ ಭಾವನೆಗಳ ಕಾರಣದಿಂದಾಗಿ ಅರ್ಜುನನ ಮನಸ್ಸು ವ್ಯಾಕುಲಗೊಂಡಿತ್ತು.

ಮಾನವನು ಭಾವನೆಗಳಿಗೆ ಒಳಗಾಗುವುದು ದೊಡ್ಡ ಸಮಸ್ಯೆಯೇನಲ್ಲ ಏಕೆಂದರೆ ಭಾವನೆಗಳಿಗೆ ಒಳಗಾಗುವುದು ಮನುಷ್ಯನ ಪ್ರಕೃತಿ ಸಹಜವಾದ ಗುಣ, ಆದರೆ ಮಾನವನು ಭಾವನೆಗೆ ಒಳಗಾಗಿ ತನ್ನ ಮೂಲಭೂತ ಕರ್ತವ್ಯಗಳನ್ನು ನಿರ್ಲಕ್ಷಿಸಿದಾಗ ಅದು ದೊಡ್ಡ ಸಮಸ್ಯೆಯಾಗಿ ಪರಿಣಮಿಸುತ್ತದೆ.

ಸಂಪೂರ್ಣವಾಗಿ ಹತಾಶನಾದ ಅರ್ಜುನನಿಗೆ ತಾನು ಅನುಸರಿಸಬೇಕಾದ ಸರಿಯಾದ ಮಾರ್ಗದ ಬಗ್ಗೆ ತಿಳಿಯದೇಹೋದಾಗ ಆತನು ಬುದ್ಧಿವಂತಿಕೆಯಿಂದ ಸರಿಯಾದ ಮಾರ್ಗದರ್ಶನಕ್ಕಾಗಿ ತನ್ನ ಆತ್ಮೀಯ ಸಖ ಹಾಗೂ ಮಾರ್ಗದರ್ಶಕ ಗುರು, ಆರಾಧ್ಯ ದೈವನಾದ ಶ್ರೀಕೃಷ್ಣನ ಸಹಾಯವನ್ನು ಯಾಚಿಸಿದನು. ಅಂತೆಯೇ ಶ್ರೀಕೃಷ್ಣನು ಅರ್ಜುನನ ಸಹಾಯಕ್ಕೆ ಮುಂದೆ ಬಂದನು. ನಿಸ್ಸಹಾಯಕನಾದ ಹಾಗೂ ಗೊಂದಲದ ಸ್ಥಿತಿಯಲ್ಲಿದ್ದ ಅರ್ಜುನನು ತನ್ನ ರಥದ ಸಾರಥಿಯಾದ ಶ್ರೀ ಕೃಷ್ಣನಲ್ಲಿ ಶರಣಾಗತನಾಗಿ ಸಮರ್ಪಣ ಭಾವದಿಂದ "ಹೇ ಪರಮಗುರುವೇ ನನಗೆ ಸರಿಯಾದ ಮಾರ್ಗವನ್ನು ತೋರಿಸು" ಎಂದು ಪ್ರಾರ್ಥಿಸಿದನು.

"ಜ್ಞಾನಿಗುರುಗಳಲ್ಲಿ ಹಾಗೂ ಪ್ರಜ್ಞಾವಂತ ಹಿರಿಯರಲ್ಲಿ ನಮ್ರತೆಯಿಂದ ಶರಣಾಗುವುದು ಬಲವಾದ ಶತ್ರುವಿನಲ್ಲಿ ಶರಣಾಗುವುದಕ್ಕೆ ಸಮಾನ" ವೆಂದು ಬಹು ಜನರ ಅಭಿಪ್ರಾಯವಾಗಿದೆ ಆದರೆ ವಾಸ್ತವಿಕವಾಗಿ ಇವೆರಡರ ಮಧ್ಯೆ ಬಹಳ ಅಂತರವಿದೆ. ಬುದ್ಧಿವಂತ ಹಾಗೂ ಅನುಭವವುಳ್ಳ ಗುರುಹಿರಿಯರಲ್ಲಿ ಶರಣಾಗಿ ಆಶ್ರಯ ಕೋರುವುದರಲ್ಲಿ ಅತ್ಯಂತ ಹಿತ, ಸಂತೋಷ ಹಾಗೂ ಶ್ರೇಯಸ್ಸಿರುತ್ತದೆ.

ಈ ತತ್ವವನ್ನು ಒಂದು ಸರಳವಾದ ಗಣಿತ ಕಲಿಕೆಯ ಉದಾಹರಣೆಯಿಂದ ಅರ್ಥಯಿಸಿಕೊಳ್ಳಬಹುದು. ಒಬ್ಬ ವಿದ್ಯಾರ್ಥಿಯು ಗಣಿತದ ಸೂತ್ರಗಳನ್ನು ಕಲಿತು ಕೊಳ್ಳಬೇಕಾದರೆ ಅವನು ಅಹಂಕಾರ ರಹಿತನಾಗಿ ನಮ್ರತೆಯಿಂದ ಗುರುವಿಗೆ ಪ್ರತಿರೋಧವಿಲ್ಲದೇ ಶರಣಾಗತನಾಗಬೇಕು ಮತ್ತು ಗುರುಗಳ ಕಲಿಕಾ ಸೂತ್ರಗಳನ್ನು

ಅವನು ಪ್ರಾಮಾಣಿಕವಾಗಿ ಅರ್ಥಮಾಡಿಕೊಳ್ಳಬೇಕು. ಆದರೆ ವಿದ್ಯಾರ್ಥಿಯು ತನ್ನ ಶಿಕ್ಷಕನ ಕಲಿಕಾ ವಿಧಾನಗಳನ್ನು ಟೀಕಿಸಿದರೆ ಮತ್ತು ಅವುಗಳಲ್ಲಿ ದೋಷಗಳನ್ನು ಎಣಿಸಲು ಪ್ರಯತ್ನಿಸಿದರೆ ಅಂಥವನ ಕಲಿಕೆಯು ಅಲ್ಲಿಗೆ ಸ್ಥಗಿತವಾಗುತ್ತದೆ. ಅವನು ಏನನ್ನೂ ಕಲಿಯಲು ಸಾಧ್ಯವಾಗುವುದಿಲ್ಲ, ಅಲ್ಲದೇ ಆ ಶಿಕ್ಷಕನ ಅನುಭವ ಮತ್ತು ಬುದ್ಧಿವಂತಿಕೆಯ ಲಾಭವನ್ನು ಪಡೆಯಲು ಅವನಿಗೆ ಎಂದಿಗೂ ಸಾಧ್ಯವಾಗುವುದಿಲ್ಲ. ಅದರಂತೆ ಎಲ್ಲ ಉತ್ತಮ ನಾಯಕರು ಮೂಲತಃ ಮೊದಲು ಉತ್ತಮ ವಿಧ್ಯಾರ್ಥಿಗಳಾಗಿದ್ದರು ಎಂಬುದು ಪರಮ ಸತ್ಯ. ಜೀವನದುದ್ದಕ್ಕೂ ವಿಧ್ಯಾರ್ಥಿಯೆಂಬ ಮನೋಭಾವವನ್ನು ಹೊಂದುವುದು ಅತಿ ಉತ್ತಮವಾದದ್ದು.

ಭಗವದ್ಗೀತೆಯಲ್ಲಿ ಶ್ರೀಕೃಷ್ಣನು ಅರ್ಜುನನಿಗೆ ಉಪದೇಶ ನೀಡುತ್ತಾ ಆತ್ಮವು ಅವಿನಾಶಿಯಾಗಿದೆಯೆಂದು ಅರಿತಿರುವುದರಿಂದ ಜ್ಞಾನಿಗಳು ಎಂದಿಗೂ ಶೋಕಪಡುವುದಿಲ್ಲ. ದೇಹವು ಬಾಲ್ಯ, ಯೌವನ ಹಾಗೂ ವೃದ್ಧಾಪ್ಯದ ಹಂತಗಳಲ್ಲಿ ಸಾಗುತ್ತದೆ. ಆದರೆ ದೇಹದ ಅಂತರ್ಯಾಮಿಯಾದ ಆತ್ಮವು ಅವಿನಾಶಿಯಾಗಿದ್ದು ಜನನ ಮರಣಗಳಿಂದ ಮುಕ್ತವಾಗಿರುತ್ತದೆ. ನಮ್ಮ ಉಡುಪುಗಳು ಹಳೆಯದಾದ ಮೇಲೆ ನಾವು ಅವುಗಳನ್ನು ತ್ಯಜಿಸಿ ಹೇಗೆ ಹೊಸ ಉಡುಪುಗಳನ್ನು ಧರಿಸುತ್ತೇವೆಯೋ ಹಾಗೇಯೇ ಆತ್ಮವು ಕೂಡಾ ಜೀರ್ಣವಾದ ಶರೀರವನ್ನು ತ್ಯಜಿಸಿ ಮತ್ತೊಂದು ಹೊಸ ಶರೀರವನ್ನು ಪಡೆದುಕೊಳ್ಳುತ್ತದೆ. ಅರ್ಜುನ, ನೀನು ಅದಕ್ಕಾಗಿ ಶೋಕಿಸಬೇಡ. ಏಕೆಂದರೆ ಹುಟ್ಟಿದ ಮನುಷ್ಯನಿಗೆ ಮರಣವು ಹೇಗೆ ನಿಶ್ಚಿತವೊ ಹಾಗೆಯೇ ಮರಣದ ನಂತರ ಪುನರ್ಜನ್ಮವು ಕೂಡಾ ನಿಶ್ಚಿತವಾದುದು. ಹೀಗೆ ಜನನ ಮರಣಗಳ ಚಕ್ರವು ಸೃಷ್ಟಿಯ ನಿಯಮವಾಗಿದೆ ಎಂದು ಶ್ರೀಕೃಷ್ಣನು ನುಡಿದನು.

ಅರ್ಜುನನಿಗೆ ನೀಡಿದ ಈ ಸಂದೇಶವು ಅತ್ಯಂತ ಮಹತ್ವಪೂರ್ಣವಾದುದು. ಈ ಪರಮ ಸತ್ಯದ ಅರಿವನ್ನು ಹೊಂದಿದವರಿಗೆ ಎಂದಿಗೂ ಮರಣದ ಭಯವಿರುವುದಿಲ್ಲ. ಭಗವದ್ಗೀತೆಯಲ್ಲಿ ಶ್ರೀಕೃಷ್ಣನು ನೀಡಿದ ಈ ನಿಗೂಢವಾದ ರಹಸ್ಯವನ್ನು "ಸಾಂಖ್ಯ ಯೋಗ" ವೆಂದು ಸಂಬೋಧಿಸಲಾಗಿದೆ.

ಯಾವುದೇ ಕಠಿಣ ಪರಿಸ್ಥಿತಿಯನ್ನು ಎದುರಿಸುವ ಸಂದರ್ಭವಿದ್ದಾಗ್ಯೂ ಕೂಡಾ ಮಾನವನು ವಿಮುಖನಾಗದೇ ತನ್ನ ಪಾಲಿನ ಕರ್ತವ್ಯವನ್ನು ಪೂರ್ಣಗೊಳಿಸಬೇಕು ಹಾಗೂ ಪ್ರತಿಯೊಬ್ಬ ವ್ಯಕ್ತಿಯೂ ಸತ್ಯದ ಮಾರ್ಗದಲ್ಲಿ ನಡೆಯಬೇಕು ಹಾಗೂ ಸತ್ಯವನ್ನೇ ಬೆಂಬಲಿಸಬೇಕು.

❀ ❀ ❀

कार्पण्यदोषोपहतस्वभावः पृच्छामि त्वां धर्मसंमूढचेताः।
यच्छ्रेयः स्यान्निश्चितंब्रूहि तन्मे शिष्यस्तेऽहं शाधि मां त्वां प्रपन्नम्॥२.७॥

ಅರ್ಜುನನು ಶ್ರೀಕೃಷ್ಣನಿಗೆ ಹೀಗೆ ಕೋರಿಕೊಂಡನು,
"ಭಯ ಹಾಗೂ ಶಂಖೆಯಿಂದ ಸುತ್ತುವರಿದ ನನಗೆ ನನ್ನ ಗೊಂದಲಮಯವಾದ
ಸ್ಥಿತಿಯಿಂದ ನನ್ನ ಯೋಗ್ಯತೆಯನ್ನು ನಿರ್ಧರಿಸಲು ಸಾಧ್ಯವಾಗುತ್ತಿಲ್ಲ. ಹಾಗಾಗಿ ನಿಮ್ಮ
ಶಿಷ್ಯನಾಗಿ ನಿಮ್ಮಲ್ಲಿ ಶರಣಾಗಿದ್ದೇನೆ. ದಯವಿಟ್ಟು ನನಗೆ ಮಾರ್ಗದರ್ಶನ ನೀಡಿ". ॥2.7॥

देहिनोऽस्मिन्यथा देहे कौमारं यौवनं जरा।
तथा देहान्तरप्राप्तिर्धीरस्तत्र न मुह्यति॥२.१३॥

ಶ್ರೀ ಕೃಷ್ಣನು ಹೀಗೆ ನುಡಿದನು,
"ಬಾಲ್ಯಾವಸ್ಥೆ, ತರುಣಾವಸ್ಥೆ, ವೃದ್ಧಾಪ್ಯ ಮತ್ತು ಸಾವು ಎಂಬುದು ಮಾನವ ದೇಹದ
ಹಂತಗಳು ಹೊರತು ಆ ದೇಹದೊಳಗೆ ವಾಸಿಸುವ ಆತ್ಮನಿಗಲ್ಲ. ಈ ದೇಹವು
ಕ್ಷಯಿಸಿದಾಗ ಅದು ಇನ್ನೊಂದು ಶರೀರವನ್ನು ಪ್ರವೇಶಿಸುತ್ತದೆ. ಆದ್ದರಿಂದ
ಬುದ್ಧಿವಂತರು ಈ ಬದಲಾವಣೆಯಿಂದ ದಿಗ್ಭ್ರಾಂತರಾಗುವುದಿಲ್ಲ". ॥2.13॥

नासतो विद्यते भावो नाभावो विद्यते सतः।
उभयोरपि दृष्टोऽन्तस्त्वनयोस्तत्त्वदर्शिभिः॥२.१६॥

ಅಸತ್ ವಸ್ತುಗಳು ಎಂದೂ ಸ್ಥಾಯಿಯಾಗಿ ಇರಲಾರವು ಮತ್ತು ಸತ್ ವಸ್ತುಗಳು
ನಾಶ ಹೊಂದುವುದಿಲ್ಲ. ಇದರ ತತ್ವವು ಜ್ಞಾನಿಗೆ ತಿಳಿದಿರುತ್ತದೆ. ॥2.16॥

वासांसि जीर्णानि यथा विहाय नवानि गृह्णाति नरोऽपराणि।
तथा शरीराणि विहाय जीर्णा न्यन्यानि संयाति नवानि देही॥२.२२॥

ಮನುಷ್ಯನು ಹಳೆಯ ಉಡುಪನ್ನು ತ್ಯಜಿಸಿ ಹೊಸ ಉಡುಪನ್ನು ಧರಿಸುವಂತೆ
ಜೀವಾತ್ಮವು ಕ್ಷಯಿಸಿಹೋದ ದೇಹವನ್ನು ತೊರೆದು ಮತ್ತೊಂದು ಹೊಸ
ದೇಹವನ್ನು ಸ್ವೀಕರಿಸುತ್ತದೆ. ॥2.22॥

स्वधर्ममपि चावेक्ष्य न विकम्पितुमर्हसि।
धर्म्याद्धि युद्धाच्छ्रेयोऽन्यत्क्षत्रियस्य न विद्यते॥२.३१॥

ಕ್ಷತ್ರಿಯನಾದ ನಿನ್ನ ಸ್ವಧರ್ಮವನ್ನು ಪರಿಗಣಿಸಿದಾಗ ಧರ್ಮತತ್ತ್ವಗಳ ರಕ್ಷಣೆಗಾಗಿ ಯುದ್ಧ ಮಾಡುವುದೇ ನಿನ್ನ ಕರ್ತವ್ಯವಾಗಿದೆ. ॥2.31॥

❀ ❀ ❀

ಅಧ್ಯಾಯ 02 ಭಾಗ II – ಕರ್ಮಯೋಗದ ಮೂಲ ಸಿದ್ಧಾಂತ

ಫಲಾಪೇಕ್ಷೆ ರಹಿತವಾದ ಕರ್ಮದ ಮೂಲ ಉದ್ದೇಶ ಹಾಗೂ ಗುರಿ ಯಾವುದೇ ಬಾಹ್ಯ ಫಲಗಳ ಮೇಲಿರದೆ ಕೇವಲ ಸಮರ್ಪಣಾ ಮನೋಭಾವವನ್ನು ಹೊಂದಿರುತ್ತದೆ. ನಿರ್ಲಿಪ್ತ ಭಾವದಿಂದ ಕರ್ಮಗಳನ್ನು ಮಾಡುವುದೇ ಅತ್ಯಂತ ಶ್ರೇಷ್ಠವಾದುದು. ಅದೇ ನಿಜವಾದ ಕರ್ಮಯೋಗವೆನಿಸುತ್ತದೆ.

ಅಧ್ಯಾಯ – 02 ಭಾಗ – II

ಕರ್ಮಯೋಗದ ಮೂಲ ಸಿದ್ಧಾಂತ

ಭಗವದ್ಗೀತೆಯ ಎರಡನೆಯ ಈ ಭಾಗದಲ್ಲಿ ಶ್ರೀ ಕೃಷ್ಣನು ಕರ್ಮಯೋಗದ ರಹಸ್ಯವನ್ನು ಅಥವಾ ಯಾವ ರೀತಿಯಲ್ಲಿ ಸಮರ್ಪಕವಾಗಿ ಕರ್ತವ್ಯಗಳನ್ನು ಪರಿಪಾಲಿಸಬೇಕು ಎಂಬ ವಿಧಾನವನ್ನು ಅರ್ಜುನನಿಗೆ ಉಪದೇಶಿಸಿದನು.

ನಾವುಗಳು ಸಾಧಾರಣವಾದ ಸಣ್ಣ ಸಣ್ಣ ಕೆಲಸಗಳನ್ನು ಕೂಡಾ ಮನಸ್ಸಿಟ್ಟು ಸಮರ್ಪಕವಾಗಿ ಮಾಡುವುದನ್ನು ರೂಢಿಸಿಕೊಂಡಾಗ ನಮ್ಮ ಕೆಲಸಗಳು ಅತ್ಯದ್ಭುತ ಸಿದ್ಧಿಗಳನ್ನು ನೀಡುತ್ತವೆ.

ಕೆಲವೊಮ್ಮೆ ಮಕ್ಕಳು ತಮ್ಮ ಮನೆಪಾಠಗಳನ್ನೋ ಅಥವಾ ಇನ್ನಾವುದೇ ಹೇಳಿದ ಕೆಲಸಗಳನ್ನೋ ಕೇವಲ ಉಡುಗೊರೆಯ ಅಥವಾ ಯಾವುದೋ ಒಂದು ಪ್ರತಿಫಲದ ಅಪೇಕ್ಷೆಯ ಆಸೆಯಿಂದಾಗಿ ಮಾಡಲು ಮುಂದಾಗುವುದನ್ನು ಸಾಮಾನ್ಯವಾಗಿ ನಾವು ಕಾಣುತ್ತೇವೆ. ಹೀಗೆ ಮಕ್ಕಳು ತಮಗರಿವಿಲ್ಲದೆಯೇ ಸದಾ ಪ್ರತಿಫಲವನ್ನು ಅಪೇಕ್ಷಿಸುತ್ತ ಅದರಿಂದಲೇ ಆಕರ್ಷಿತರಾಗಿ ತಾವು ನಿರ್ವಹಿಸಬೇಕಾದ ಕಾರ್ಯದ ಮೇಲಿನ ನೈಜ ಆಸಕ್ತಿಯನ್ನು ಕಳೆದುಕೊಂಡು ಪತನಹೊಂದುತ್ತಾರೆ. ಮಕ್ಕಳು ಕೆಲ ವಸ್ತುಗಳನ್ನು ಇಷ್ಟಪಡುವುದರಲ್ಲಿ ಅಥವಾ ಅಪೇಕ್ಷಿಸುವುದರಲ್ಲಿ ತಪ್ಪೇನಿಲ್ಲ, ಆದರೆ ಪ್ರತಿಫಲಾಪೇಕ್ಷೆಯೇ ಪ್ರಧಾನವಾದಾಗ ಅದು ದುರಾಸೆಯಾಗಿ ಮಾರ್ಪಡುತ್ತದೆ. ಪ್ರತಿಫಲದ ಆಸೆ ಹಾಗೂ ದುರಾಸೆಗಳೇ ಬಹುತೇಕ ಇಂದಿನ ವಿಶ್ವದ ನಮ್ಮೆಲ್ಲರ ಅನೇಕ ಸಮಸ್ಯೆಗಳಿಗೂ ಮೂಲಭೂತವಾದ ಕಾರಣಗಳಾಗಿವೆ.

ಈ ಹಿನ್ನೆಲೆಯಲ್ಲಿ ನಾವು ಯಾವುದೇ ಕೆಲಸವನ್ನು ಮಾಡುವಾಗ ಆ ಕಾರ್ಯದಿಂದ ದೊರೆಯಬಹುದಾದ ಪ್ರತಿಫಲದ ಅಪೇಕ್ಷೆಯನ್ನಿಟ್ಟುಕೊಳ್ಳದೇ ಮಾಡುವುದು ಅತ್ಯಂತ ಮಹತ್ವವಾದುದು. ಏಕೆಂದರೆ ಫಲಾಪೇಕ್ಷೆಯು ನಮ್ಮನ್ನು ಮೂಲ ಕಾರ್ಯದ ಕ್ಷಮತೆಯಿಂದ ದೂರವಿರಿಸುತ್ತದೆ. ನಾವು ಫಲಾಪೇಕ್ಷೆಯಿಂದ ಪ್ರೇರಿತರಾಗದೇ ನಮ್ಮ ಪಾಲಿನ ಕರ್ತವ್ಯಗಳನ್ನು ಹೆಚ್ಚು ಪರಿಣಾಮಕಾರಿಯಾಗಿ ನಿರ್ವಹಿಸಲು ಸಾಧ್ಯವಾಗುತ್ತದೆ. ಕೆಲಸವನ್ನು ಪ್ರಾರಂಭಿಸುವ ಮೊದಲೇ ನಮ್ಮ ಮನಸ್ಸು ಹಾಗೂ ಲಕ್ಷ್ಯವು ಪ್ರತಿಫಲದತ್ತ ಕೇಂದ್ರೀಕೃತವಾದರೆ ನಾವು ಕೈಗೊಂಡ ಕಾರ್ಯವು ದೋಷಪೂರಿತ ಹಾಗೂ ಅಸಮರ್ಪಕವಾಗುತ್ತದೆ, ಪ್ರತಿಫಲಾಪೇಕ್ಷೆ ಇಲ್ಲದೇ ಕಾರ್ಯವನ್ನು ಪ್ರಾರಂಭಿಸುವವರು ಪ್ರಶಾಂತವಾಗಿ, ಸಂತೋಷ ಹಾಗೂ ತನ್ಮಯತೆಯಿಂದ ಅದ್ಭುತವಾದ ಕೆಲಸಗಳನ್ನು ಪರಿಣಾಮಕಾರಿಯಾಗಿ ಮಾಡಿ ಮುಗಿಸುತ್ತಾರೆ.

ನಿಜ ಅರ್ಥದಲ್ಲಿ 'ಕರ್ಮಫಲದಲ್ಲಿ ನಿರಾಸಕ್ತಿ' ಎಂದರೆ ನಾವು ಕೈಗೊಂಡ ಕಾರ್ಯದ ಫಲಿತಾಂಶಗಳ ಬಗ್ಗೆ ಚಿಂತಿಸದೆ, ಲಕ್ಷ್ಯವಿಡದೇ ಕೇವಲ ಕರ್ತವ್ಯಗಳನ್ನು ಮಾತ್ರ ಅತ್ಯಂತ ಶ್ರದ್ಧೆ ಹಾಗೂ ಉತ್ಸಾಹದಿಂದ ಸಂಪೂರ್ಣವಾಗಿ ನಿರ್ವಹಿಸುವುದೇ ಆಗಿರುತ್ತದೆ. ಫಲಾಪೇಕ್ಷೆ ರಹಿತವಾದ ಕರ್ಮದ ಮೂಲ ಉದ್ದೇಶ ಹಾಗೂ ಗುರಿ ಯಾವುದೇ ಬಾಹ್ಯ ಫಲಗಳ ಮೇಲಿರದೇ ಕೇವಲ ಸಮರ್ಪಣಾ ಮನೋಭಾವವನ್ನು ಹೊಂದಿರುತ್ತದೆ. ನಿರ್ಲಿಪ್ತ ಭಾವದಿಂದ ಕರ್ಮಗಳನ್ನು ಮಾಡುವುದೇ ಅತ್ಯಂತ ಶ್ರೇಷ್ಠವಾದುದು. ಅದೇ ನಿಜವಾದ ಕರ್ಮಯೋಗವೆನಿಸುತ್ತದೆ.

ನಾವು ಕ್ರೀಡಾ ತಂಡದ ನಾಯಕ, ಸೇನಾನಾಯಕ ಅಥವಾ ಸಂಘಟನೆಯ ಮುಂದಾಳುಗಳನ್ನು ಗಮನಿಸಿದಾಗ ಅವರೆಲ್ಲರಲ್ಲಿಯೂ ಒಂದು ಸಮಾನವಾದ ಗುಣಧರ್ಮಗಳನ್ನು ಕಾಣುತ್ತೇವೆ. ಈ ನಾಯಕರೆಲ್ಲರೂ ಕರ್ಮಫಲದಲ್ಲಿ ನಿರಾಸಕ್ತರಾಗಿ ಕೇವಲ 'ಕರ್ಮಯೋಗ'ದ ಅನುಸರಣೆಯಲ್ಲಿ ನಿಸ್ಪೃಹವಾಗಿ ತಮ್ಮ ತಮ್ಮ ಕರ್ತವ್ಯಗಳನ್ನು ನಿರ್ವಹಿಸುತ್ತಾರೆ.

ಕಠಿಣ ಸವಾಲು ಅಥವಾ ಒತ್ತಡದ ಸಂದರ್ಭಗಳಲ್ಲಿ ನಾವು ಕೋಪ, ಉದ್ರೇಕಗಳಿಂದ ವಿಚಲಿತರಾದರೆ ಯಾವುದೇ ಸಮಸ್ಯೆಗಳನ್ನು ಸಮರ್ಪಕವಾಗಿ ಪರಿಹರಿಸಲು ಹಾಗೂ 'ಸಮರ್ಥ ನಾಯಕ'ರಾಗಲು ಮತ್ತು ಇತರರಿಗೆ ಮಾರ್ಗದರ್ಶಕರಾಗಲು ಸಾಧ್ಯವಾಗುವುದಿಲ್ಲ.

ಯಾವ ವ್ಯಕ್ತಿಯು ಎಲ್ಲ ಸಂದರ್ಭಗಳಲ್ಲೂ ಪ್ರಶಾಂತ ಚಿತ್ತವಾಗಿ ಜಯ–ಅಪಜಯಗಳ ಒತ್ತಡಕ್ಕೆ ಒಳಗಾಗದೇ ಕರ್ತವ್ಯಗಳನ್ನು ನಿರ್ವಹಿಸುತ್ತಾನೆಯೋ ಅಂಥವನು ಮಾತ್ರ 'ನಿಜವಾದ ಸಮರ್ಥ ನಾಯಕ' ನೆಂಬ ಗೌರವಕ್ಕೆ ಪಾತ್ರನಾಗುತ್ತಾನೆ. ಅಂತಹ ವ್ಯಕ್ತಿಗಳನ್ನೇ ಭಗವದ್ಗೀತೆಯಲ್ಲಿ 'ಮುನಿ' ಅಥವಾ 'ಋಷಿ' ಎಂದು ಸಂಬೋಧಿಸಲಾಗಿದೆ.

❀ ❀ ❀

नेहाभिक्रमनाशोऽस्ति प्रत्यवायो न विद्यते।
स्वल्पमप्यस्य धर्मस्य त्रायते महतो भयात्॥२.४०॥

ಕರ್ಮಯೋಗದ ಭಾವನೆಯಿಂದ ಭಗವತ್ ಪ್ರಜ್ಞೆಯಲ್ಲಿ ನಿರ್ವಹಿಸಿದ ಕಾರ್ಯದಿಂದ ಯಾವುದೇ ನಷ್ಟ ಅಥವಾ ಹಾನಿ ಉಂಟಾಗುವುದಿಲ್ಲ, ಮತ್ತು ಈ ಪಥದಲ್ಲಿನ ಅಲ್ಪ ಪರಿಶ್ರಮವೂ ಕೂಡ ವ್ಯಕ್ತಿಯನ್ನು ದೊಡ್ಡ ಅಪಾಯದಿಂದ ರಕ್ಷಿಸುತ್ತದೆ. ॥2.40॥

कर्मण्येवाधिकारस्ते मा फलेषु कदाचन।
मा कर्मफलहेतुर्भूर्मा ते सङ्गोऽस्त्वकर्मणि॥२.४७॥

ನಿನಗೆ ಕರ್ಮಗಳನ್ನು ನಿರ್ವಹಿಸುವ ಅಧಿಕಾರ ಮಾತ್ರವೇ ಹೊರತು ಕರ್ಮಫಲದ ಮೇಲೆ ಅಲ್ಲ. ಫಲದ ಕಾಮನೆ ಇಲ್ಲದೆ ಮಾಡುವ ಕರ್ಮಗಳಿಂದ ಭ್ರಷ್ಟ ಎಂದೆನಿಸಿಕೊಳ್ಳುವುದಿಲ್ಲ. ಫಲದ ಕಾಮನೆ ಇಲ್ಲವೆಂದು ಕರ್ಮಗಳನ್ನು ಮಾಡದೆಯೂ ಇರಬೇಡ. ॥2.47॥

बुद्धियुक्तो जहातीह उभे सुकृतदुष्कृते।
तस्माद्योगाय युज्यस्व योगः कर्मसु कौशलम्॥२.५०॥

ಕರ್ಮಯೋಗದ ಜ್ಞಾನದಿಂದ ಮನುಷ್ಯನು ಈ ಜನ್ಮದಲ್ಲಿಯೇ ಸತ್ಕರ್ಮ ಹಾಗೂ ದುಷ್ಕರ್ಮಗಳಿಂದ ಉಂಟಾಗುವ ಪಾಪ ಹಾಗೂ ಪುಣ್ಯದಿಂದ ಮುಕ್ತನಾಗುತ್ತಾನೆ. ಫಲಾಪೇಕ್ಷೆಯಿಲ್ಲದೇ ಉತ್ತಮವಾಗಿ ನಿರ್ವಹಿಸುವ ಕಾರ್ಯವೇ ಕರ್ಮಯೋಗ. ಇದನ್ನು ತಿಳಿದು ನಿನ್ನ ಕರ್ತವ್ಯವನ್ನು ಪೂರೈಸಲು ಈ ಯೋಗವನ್ನು ಪ್ರಾರಂಭಿಸು. ॥ 2.50॥

दुःखेष्वनुद्विग्नमनाः सुखेषु विगतस्पृहः।
वीतरागभयक्रोधः स्थितधीर्मुनिरुच्यते॥२.५६॥

ದುಃಖದಾಯಕ ಪರಿಸ್ಥಿತಿಗಳಲ್ಲಿ ಯಾರು ಮಾನಸಿಕವಾಗಿ ವಿಚಲಿತನಾಗುವುದಿಲ್ಲವೊ ಮತ್ತು ಸುಖಕರ ಪರಿಸ್ಥಿತಿಗಳಲ್ಲಿ ಅತಿಯಾಗಿ ಹಿಗ್ಗುವುದಿಲ್ಲವೋ ಮತ್ತು ಕ್ರೋಧ ಹಾಗು ಭಯವನ್ನು ತ್ಯಜಿಸುವನೊ, ಅಂತಹ ವ್ಯಕ್ತಿಯು ಋಷಿ ಅಥವಾ ಮುನಿ ಎಂದೆನಿಸುತ್ತಾನೆ. ॥2.56॥

❀ ❀ ❀

ಅಧ್ಯಾಯ 03 – ಅಂತರಾತ್ಮ ದರ್ಶನ

ನಾವು ನಮ್ಮ ಅಂತರಾತ್ಮದ ಧ್ವನಿ ತರಂಗಗಳನ್ನು ಆಲಿಸಲು ಪ್ರಾರಂಭಿಸಿದಾಗ ನಮ್ಮ ಉನ್ನತಿಯ ಪ್ರಯಾಣವು "ಆತ್ಮಸಂತೋಷ"ದತ್ತ ಅತಿ ವೇಗವಾಗಿ ಸಾಗಲು ಪ್ರಾರಂಭವಾಗುತ್ತದೆ. ಏಕೆಂದರೆ ಆಗ ನಮ್ಮ ಆಧ್ಯಾತ್ಮಿಕ ಪ್ರಯಾಣದ ಸಾರಥಿಯು ಸ್ವತಃ ದೈವೀ ಪುರುಷನಾದ ಭಗವಂತನೇ ಆಗಿರುತ್ತಾನೆ.

ಅಧ್ಯಾಯ – 03

ಅಂತರಾತ್ಮ ದರ್ಶನ

ಕೃಷ್ಣನು ಅರ್ಜುನನಿಗೆ ಒಂದು ಕಡೆ ಪ್ರಶಾಂತವಾಗಿ ನಿರ್ಲಿಪ್ತತೆಯಿಂದ ಇರುವಂತೆಯೂ ಹಾಗೂ ಮತ್ತೊಂದು ಕಡೆ ಯುದ್ಧದಲ್ಲಿ ಭಾಗವಹಿಸಿ ತನ್ನ ಕರ್ತವ್ಯವನ್ನು ಪಾಲಿಸುವಂತೆಯೂ ಮಾರ್ಗದರ್ಶನ ನೀಡುತ್ತಾನೆ. ಇದರಿಂದ ವಿಚಲಿತನಾದ ಅರ್ಜುನನು ಕೃಷ್ಣನ ಈ ದ್ವಂದ್ವ ಹೇಳಿಕೆಗಳಿಂದ ಗೊಂದಲಕ್ಕೊಳಗಾಗುತ್ತಾನೆ. ಪರಸ್ಪರ ವಿರೋಧವಾದ ಕರ್ತವ್ಯಗಳನ್ನು ಏಕ ಕಾಲದಲ್ಲಿ ಪಾಲಿಸುವುದು ಹೇಗೆ ಸಾಧ್ಯ ಎಂದು ಚಿಂತಿತನಾಗುತ್ತಾನೆ. ಗೊಂದಲಕ್ಕೊಳಗಾದ ಅರ್ಜುನನು ಕೃಷ್ಣನನ್ನು ಕುರಿತು ಹೇ ಕೃಷ್ಣ, "ಅಧ್ಯಾತ್ಮಿಕ ಜ್ಞಾನವು ಭೌತಿಕ ಕರ್ಮಕ್ಕಿಂತ ಶ್ರೇಷ್ಟ"ವಾದುದೆಂದು ಒಂದುಕಡೆ ಸೂಚಿಸುತ್ತೀ ಆದರೆ ಅದಕ್ಕೆ ವಿರೋಧವಾಗಿ ಭೌತಿಕ ಕರ್ಮವಾದ ಯುದ್ಧದಲ್ಲಿ ಭಾಗವಹಿಸಲು ನನಗೆ ಮತ್ತೊಂದು ಕಡೆ ಪ್ರಚೋದನೆ ನೀಡುತ್ತಿ ಇದು ಹೇಗೆ ಎಂದು ಪ್ರಶ್ನಿಸಿದನು.

ಅರ್ಜುನನ ಈ ಪ್ರಶ್ನೆಗೆ ಶ್ರೀ ಕೃಷ್ಣನು ನಸುನಗುತ್ತ "ಹೇ ಅರ್ಜುನ" ಯಾವುದೇ ಮನುಷ್ಯನು ಕರ್ಮರಹಿತನಾಗಿ ಒಂದು ಕ್ಷಣವನ್ನು ಕೂಡಾ ಕಳೆಯಲು ಸಾಧ್ಯವಿಲ್ಲ. ಬಾಹ್ಯದಲ್ಲಿ ಕರ್ಮ ಮಾಡದೇ ಇರುವವನಂತೆ ಕಂಡು ಬಂದರೂ ಕೂಡಾ ಆಂತರಿಕವಾಗಿ ಮನುಷ್ಯನು ಯಾವಾಗಲೂ ಕೆಲ ಕರ್ಮಗಳನ್ನು ಮಾಡುತ್ತಿರುತ್ತಾನೆ, ಉದಾ: ಮನಸ್ಸಿನಲ್ಲಿ ಯೋಚನೆಗಳು, ಪಚನ ಕ್ರಿಯೆ, ಶ್ವಾಸ ಕ್ರಿಯೆ ಇತ್ಯಾದಿಗಳು. ಇದು ಪ್ರಕೃತಿಯ ಗುಣಧರ್ಮವಾದುದರಿಂದ ಈ ನಿಯಮಗಳನ್ನು ಬದಲಿಸಲು ಯಾರಿಂದಲೂ ಸಾಧ್ಯವಿಲ್ಲ. ಹೀಗೆ ಮನುಷ್ಯನು ಒಟ್ಟಾರೆಯಾಗಿ ಕರ್ಮಗಳನ್ನು ಮಾಡದೇ ಇರುವುದು ಸಾಧ್ಯವಿಲ್ಲ. ಕರ್ಮಗಳನ್ನು ಮಾಡುವುದು ಕರ್ಮ ನಿಷ್ಕ್ರಿಯತೆಗಿಂತ ಉತ್ತಮವಾಗಿರುತ್ತದೆ. ಕರ್ಮವು ದಿನನಿತ್ಯದ ಜೀವನದಲ್ಲಿ ಹೊಸ ಹೊಸ ಅನುಭವಗಳನ್ನು ಹಾಗೂ ಕಾರ್ಯಶಕ್ತಿಯನ್ನು ವರ್ಧಿಸುತ್ತದೆ. ಕರ್ಮಮಾಡದೇ ಜೀವನದಲ್ಲಿ ಏನನ್ನೂ ಸಾಧಿಸಲು ಸಾಧ್ಯವಾಗುವುದಿಲ್ಲ ಎಂದು ದಿವ್ಯವಾದ ಸಂದೇಶವನ್ನು ಅರ್ಜುನನಿಗೆ ಉಪದೇಶಿಸಿದನು.

ಫಲಾಪೇಕ್ಷೆ ರಹಿತರಾದಾಗ, ನಾವು ಮಾಡುವ ಪ್ರತಿಯೊಂದು ಕರ್ಮಗಳು 'ಅಧ್ಯಾತ್ಮಿಕ ಕ್ರಿಯೆಗಳಾಗಿ ಪರಿವರ್ತನೆ ಹೊಂದುತ್ತವೆ' ಅಲ್ಲದೇ ನಮ್ಮನ್ನು ಕರ್ಮ ಬಂಧನದಿಂದ ಮುಕ್ತಗೊಳಿಸುತ್ತವೆ. ಈ ರೀತಿಯಲ್ಲಿ ನಾವು ಕರ್ಮಗಳನ್ನು ಮಾಡಿದರೂ ಸಹ ಕರ್ಮ ಬಂಧನದಿಂದ ಸಂಪೂರ್ಣವಾಗಿ ಮುಕ್ತರಾಗಬಹುದು.

ನಮ್ಮ ದೇಹದಲ್ಲಿ ಅಡಕವಾಗಿರುವ ದೈವೀಶಕ್ತಿಯ ಅಂತರಾತ್ಮವು ನಮ್ಮ ಮನಸ್ಸಿನ ಸಾಮಾನ್ಯ ತಿಳುವಳಿಕೆ ಹಾಗೂ ಪಂಚೇಂದ್ರಿಯಗಳ ಗ್ರಹಿಕೆಗೆ ಅಗೋಚರವಾಗಿರುತ್ತದೆ.

ದೇಹದಲ್ಲಿ ಅಂತರ್ಯಾಮಿಯಾದ ಆ ದೈವೀ ಆತ್ಮ ತತ್ವವನ್ನು ಜ್ಞಾನಿಗಳು ವಿವಿಧ ನಾಮಗಳಿಂದ ಕರೆಯುತ್ತಾರೆ. ಈ ಮಹತ್ವವನ್ನು ಕೃಷ್ಣನು ಅರ್ಜುನನಿಗೆ ಒಂದು ಸರಳವಾದ ಸೂತ್ರದಿಂದ ನಿರೂಪಿಸುತ್ತಾನೆ. ನಮ್ಮ ಅಂತರಂಗದಲ್ಲಿರುವ ಆ ದೈವೀಶಕ್ತಿಯತ್ತ ನಮ್ಮ ಲಕ್ಷ್ಯವನ್ನು ಕೇಂದ್ರೀಕರಿಸಿ ನಾವು ಮಾಡುವ ಸಕಲ ಕರ್ಮಗಳನ್ನು ಆತನಿಗೆ ಸಮರ್ಪಿಸಬೇಕು. ನಾವು ನಮ್ಮ ಅಂತರಾತ್ಮದ ಧ್ವನಿ ತರಂಗಗಳನ್ನು ಆಲಿಸಲು ಪ್ರಾರಂಭಿಸಿದಾಗ ನಮ್ಮ ಉನ್ನತಿಯ ಪ್ರಯಾಣವು 'ಆತ್ಮ ಸಂತೋಷ'ದತ್ತ ಅತಿ ವೇಗವಾಗಿ ಸಾಗಲು ಪ್ರಾರಂಭವಾಗುತ್ತದೆ. ಏಕೆಂದರೆ ಆಗ ನಮ್ಮ ಆಧ್ಯಾತ್ಮಿಕ ಪ್ರಯಾಣದ ಸಾರಥಿಯು ಸ್ವತಃ ದೈವೀ ಪುರಷನಾದ ಭಗವಂತನೇ ಆಗಿರುತ್ತಾನೆ. ಈ ಪರಮ ಸತ್ಯದ ಸಂದೇಶವನ್ನು ಶ್ರೀ ಕೃಷ್ಣನು ಅರ್ಜುನನ ಮೂಲಕ ನಮಗೆಲ್ಲರಿಗೂ ನೀಡಿ ಉಪಕರಿಸಿದ್ದಾನೆ.

❀ ❀ ❀

ज्यायसी चेत्कर्मणस्ते मता बुद्धिर्जनार्दन।
तत्किं कर्मणि घोरे मां नियोजयसि केशव॥३.१॥

ಅರ್ಜುನನು ಶ್ರೀಕೃಷ್ಣನನ್ನು ಹೀಗೆ ಪ್ರಶ್ನಿಸುತ್ತಾನೆ,
"ಹೇ ಜನಾರ್ದನ! ಇದೀಗ ನೀವು ಜ್ಞಾನವು ಕರ್ಮಕ್ಕಿಂತ ಉತ್ತಮವಾದದ್ದು
ಎಂದು ಅಭಿಪ್ರಾಯ ಪಟ್ಟಲ್ಲಿ ಈ ಘೋರವಾದ ಯುದ್ಧದಲ್ಲಿ ಭಾಗವಹಿಸಲು
ನನಗೇಕೆ ಉಪದೇಶಿಸುತ್ತಿದ್ದೀರಿ?" ॥3.1॥

न हि कश्चित्क्षणमपि जातु तिष्ठत्यकर्मकृत् ।
कार्यते ह्यवशः कर्म सर्वः प्रकृतिजैर्गुणैः॥३.५॥

ಶ್ರೀ ಕೃಷ್ಣನು ಹೀಗೆ ನುಡಿದನು,
"ಯಾವುದೇ ವ್ಯಕ್ತಿಯು ಕ್ಷಣವಾದರೂ ಕರ್ಮವನ್ನು ಮಾಡದೆ ಸುಮ್ಮನಿರಲು
ಸಾಧ್ಯವಿಲ್ಲ. ಏಕೆಂದರೆ ಪ್ರಕೃತಿಜನ್ಯ ಗುಣಗಳಿಂದ ಪ್ರಭಾವಿತನಾಗಿ ವ್ಯಕ್ತಿಯು
ಕರ್ಮದಲ್ಲಿ ಬಂಧಿತನಾಗುತ್ತಾನೆ. ॥3.5॥

नियतं कुरु कर्म त्वं कर्म ज्यायो ह्यकर्मणः।
शरीरयात्रापि च ते न प्रसिद्ध्येदकर्मणः॥३.८॥

ಶಾಸ್ತ್ರವಿಹಿತ ಕರ್ಮಗಳನ್ನು ಅಪೇಕ್ಷೆ ರಹಿತವಾಗಿ ಮಾಡುತ್ತಲೇ ಇರು. ಏಕೆಂದರೆ ಅಕರ್ಮಕ್ಕಿಂತ ಕರ್ಮವೇ ಲೇಸು. ಕರ್ಮವನ್ನು ತ್ಯಜಿಸಿದರೆ ನಿನ್ನ ಯಾವುದೇ ಶಾರೀರಿಕವಾದ ವ್ಯವಹಾರವು ಸಾಧ್ಯವಾಗುವುದಿಲ್ಲ. ಕರ್ಮವನ್ನು ತ್ಯಜಿಸಿ ಏನನ್ನೂ ಮಾಡುವುದು ಅಸಂಭವ. ॥3.8॥

मयि सर्वाणि कर्माणि संन्यस्याध्यात्मचेतसा।
निराशीर्निर्ममो भूत्वा युध्यस्व विगतज्वरः॥३.३०॥

ನಿನ್ನೊಳಗೆ ಸ್ಥಿತವಾದ ಭಗವಂತನ (ನನ್ನ) ತತ್ತ್ವವನ್ನೇ ಧ್ಯಾನದಲ್ಲಿಟ್ಟುಕೊಂಡು ನಿನ್ನ ಸಕಲ ಕರ್ಮಗಳನ್ನೂ ನನಗೆ ಸಮರ್ಪಿಸಿ, ಮಮತೆ ಮತ್ತು ದುಃಖವನ್ನು ತ್ಯಜಿಸಿ ಯುದ್ಧಕ್ಕೆ ಸನ್ನದ್ಧನಾಗು. ॥3.30॥

इन्द्रियाणि पराण्याहुरिन्द्रियेभ्यः परं मनः।
मनसस्तु परा बुद्धिर्यो बुद्धेः परतस्तु सः॥३.४२॥

ಇಂದ್ರಿಯಗಳಿಗಿಂತಲೂ ಶ್ರೇಷ್ಠವಾದದ್ದು ಮನಸ್ಸು, ಮನಸ್ಸಿಗಿಂತ ಶ್ರೇಷ್ಠವಾದದ್ದು ಜಾಗೃತ ಬುದ್ಧಿ ಮತ್ತು ಜಾಗೃತ ಬುದ್ಧಿಗಿಂತ ಶ್ರೇಷ್ಠವಾದದ್ದು ಪರಮಾತ್ಮನ ತತ್ತ್ವ ರೂಪವಾದ ಆತ್ಮ. ॥3.42॥

❀ ❀ ❀

ಅಧ್ಯಾಯ 04 – ನಮ್ಮೆಲ್ಲರ ಆಂತರ್ಯದ ನಾಯಕ ಶಕ್ತಿ

© Priti Pandurangan

ಅಂತರಂಗದಲ್ಲಿ ದೈವತ್ವವನ್ನು ಜಾಗೃತಗೊಳಿಸಿಕೊಂಡಾಗ ಪ್ರತಿಯೊಬ್ಬ ವ್ಯಕ್ತಿಯೂ ಈ ಭೂಮಿಯಲ್ಲಿ ದೈವತ್ವದ ವಿಶೇಷ ಪ್ರತಿನಿಧಿಯಾಗುವ ಸಾಮರ್ಥ್ಯವನ್ನು ಹೊಂದುತ್ತಾನೆ.

ಅಧ್ಯಾಯ – 04

ನಮ್ಮೆಲ್ಲರ ಆಂತರ್ಯದ ನಾಯಕ ಶಕ್ತಿ

ಶ್ರೀ ಕೃಷ್ಣನು ಅರ್ಜುನನಿಗೆ ಅಭಯ ನೀಡುತ್ತಾ "ಎಲೈ ಅರ್ಜುನಾ, ಈ ಭೂಮಿಯ ಮೇಲೆ ಧರ್ಮದ ಅವನತಿಯಾಗಿ ಅಧರ್ಮವು ಹೆಚ್ಚಾಗಿ ಅಜ್ಞಾನ ಹಾಗೂ ಅಂಧಕಾರಗಳಿಂದ ಸಜ್ಜನರಿಗೆ ಹಿಂಸೆ, ನೋವು ಹಾಗೂ ಸಂಕಟಗಳು ಬಂದೊದಗಿದಾಗ ನಾನು ಸ್ವಯಂ ಅವತಾರವೆತ್ತಿ ಅಥವಾ ನನ್ನ ಅಂಶ ಸಂಭೂತವಾದ ದೈವೀ ಶಕ್ತಿಯ ರೂಪದಲ್ಲಿ ಪ್ರಕಟವಾಗಿ ಧರ್ಮವನ್ನು ಪುನಃ ಪ್ರತಿಷ್ಠಾಪಿಸಿ ಮಾನವ ಕಲ್ಯಾಣಕ್ಕಾಗಿ ಪರಿವರ್ತನೆಯನ್ನು ತರುತ್ತೇನೆ" ಎಂದು ಭರವಸೆಯ ಆಶ್ವಾಸನೆಯನ್ನು ನೀಡಿದನು.

ಸಹಸ್ರಾರು ವರ್ಷಗಳ ಹಿಂದೆ ಭಗವಂತನು ನೀಡಿದ ಈ ಮೇಲಿನ ಆಶ್ವಾಸನೆಯ ಘೋಷವಾಕ್ಯವು ಇಂದಿಗೂ ಕೂಡಾ ಅತ್ಯಂತ ವಿಶ್ವಾಸಾರ್ಹವಾಗಿದ್ದು ಪ್ರಸ್ತುತ ಸಂದರ್ಭಗಳಲ್ಲೂ ಕೂಡಾ ಅನುಭವ ವೇದ್ಯವಾಗಿದೆ.

ಇಂದು ಈ ಕಾಲಮಾನದಲ್ಲಿ ಭಗವಂತನ ಅವತಾರದ ಪರಿಕಲ್ಪನೆಯನ್ನು ನಾವು ಹೇಗೆ ಅರ್ಥ ಮಾಡಿಕೊಳ್ಳುವುದು ಎಂಬುದು ಮುಖ್ಯವಾಗಿ ಅತ್ಯಂತ ಕುತೂಹಲಕಾರಿಯಾಗಿದೆ. ಇಂದು ಪ್ರಪಂಚದಲ್ಲಿ ಅಜ್ಞಾನದ ಕಾರಣದಿಂದಾಗಿ ಜನರ ಮನದಲ್ಲಿ ಅಂಧಕಾರ ಆವರಿಸಿರುವ ಕಾರಣ ಇಂದು ಸಜ್ಜನರು ಅನೇಕ ಬಗೆಯ ನೋವು, ಸಂಕಟ ಹಾಗೂ ಹಿಂಸೆಗಳನ್ನು ಅನುಭವಿಸುತ್ತಿದ್ದಾರೆ. ವಿಶ್ವವು ಇಂದು ಎದುರಿಸುತ್ತಿರುವ ಎಲ್ಲಾ ಸಮಸ್ಯೆಗಳಿಗೆ ಸೂಕ್ತ ಪರಿಹಾರ ಕಂಡುಕೊಳ್ಳಲು ಬಹುಶಃ ನಮಗೆ ಇಂದು ಒಂದಕ್ಕಿಂತ ಹೆಚ್ಚು ಸಂಖ್ಯೆಯ ದೈವಾಂಶ ಸಂಭೂತರ ಅವಶ್ಯಕತೆ ಇದೆ ಎಂದೆನಿಸುತ್ತದೆ.

ಸಾಮಾನ್ಯವಾಗಿ ನೈಸರ್ಗಿಕ ವಿಕೋಪಗಳೋ ಅಥವಾ ಇನ್ನಾವುದೋ ಘೋರವಾದ ವಿಪತ್ತುಗಳು ಸಂಭವಿಸಿದಾಗ ಜನರು ಸ್ವಯಂ ಪ್ರೇರಿತರಾಗಿ ಸಂಕಷ್ಟದಲ್ಲಿ ಸಿಲುಕಿರುವ ಜನರ ಸಹಾಯಕ್ಕೆ ಸ್ವಯಂ ಮುಂದಾಗಿ ತಮ್ಮಲ್ಲಿರುವ ದೈವೀಗುಣಗಳನ್ನು ಜಾಗೃತಗೊಳಿಸುವುದನ್ನು ನಾವು ಕಾಣುತ್ತೇವೆ. ಕ್ರಿ.ಶ. 2016 ರಲ್ಲಿ ಚೆನ್ನೈನಲ್ಲಿ ಸಂಭವಿಸಿದ ಭೀಕರ ಪ್ರವಾಹದ ಸಂದರ್ಭದಲ್ಲಿ ಸಾಮಾನ್ಯ ಜನರೂ ಕೂಡಾ ತಮ್ಮ ಮನೆ, ಮಠಗಳ ಚಿಂತೆಯನ್ನು ಬಿಟ್ಟು ಜ್ಯಾತಿ, ಮತ, ಪಂಥ ಹಾಗೂ ಧರ್ಮಗಳ ಸಂಕುಚಿತತೆಯನ್ನು ತೊರೆದು ಸಂಕಷ್ಟದಲ್ಲಿ ಸಿಲುಕಿದ ಜನರ ಬದುಕನ್ನು ಪುನಃ ಕಟ್ಟಿ ಕೊಡಲು ನಿಸ್ವಾರ್ಥದಿಂದ ಸೇವಾಮನೋಭಾವನೆಯಿಂದ ಕೆಲಸಮಾಡಿದುದನ್ನು ನಾವು ಕಂಡಿದ್ದೇವೆ. ಪರರ ಉನ್ನತಿಗಾಗಿ ನಿಸ್ವಾರ್ಥದಿಂದ ಸೇವೆ ಮಾಡುವುದು ದೈವೀಗುಣವಾಗಿರುತ್ತದೆ. ಅದನ್ನು ಯಾವಾಗಲೂ ನಾವು ಗೌರವಿಸಬೇಕು.

ಪ್ರತಿಯೊಬ್ಬ ಮಾನವನ ಅಂತರಂಗದಲ್ಲಿ ದೈವೀಶಕ್ತಿ ಅಡಕವಾಗಿರುವುದನ್ನು ಹಾಗೂ ನಿರಪೇಕ್ಷವಾಗಿ ಕರ್ಮಗಳನ್ನು ಮಾಡುವುದರಿಂದ ಅದನ್ನು ಜಾಗೃತಗೊಳಿಸಿ-ಕೊಳ್ಳಬಹುದೆಂಬುದನ್ನು ಹಿಂದಿನ ಅಧ್ಯಾಯದಲ್ಲಿ ನಾವು ನೋಡಿದ್ದೇವೆ. ಅಂತರಂಗದಲ್ಲಿ ದೈವತ್ವವನ್ನು ಜಾಗೃತೆಗೊಳಿಸಿಕೊಂಡಾಗ ಪ್ರತಿಯೊಬ್ಬ ವ್ಯಕ್ತಿಯೂ ಈ ಭೂಮಿಯಲ್ಲಿ ದೈವತ್ವದ ವಿಶೇಷ ಪ್ರತಿನಿಧಿಯಾಗುವ ಸಾಮರ್ಥ್ಯವನ್ನು ಹೊಂದುತ್ತಾನೆ.

ಈ ಅಧ್ಯಾಯದಲ್ಲಿ ಶ್ರೀ ಕೃಷ್ಣನು ನಮ್ಮಲ್ಲಿರುವ ದೋಷಗಳನ್ನು ದೂರಮಾಡಿ ನಾವು ಉತ್ತಮಗುಣಗಳನ್ನು ಅಳವಡಿಸಿಕೊಳ್ಳುವ ಮೂಲಕ ಈ ಮೇಲಿನ ತತ್ವಗಳನ್ನು ನಾವೆಲ್ಲರೂ ಸಾಧಿಸಬಹುದೆಂಬುದನ್ನು ವಿವರಿಸಿದ್ದಾನೆ.

ನಾವುಗಳು ಭಯ, ಶೋಕ, ಆಸೆ ಹಾಗೂ ಫಲಾಪೇಕ್ಷೆಗಳಿಗೆ ಒಳಗಾಗದೇ, ಜಯಾಪಜಯಗಳ ದ್ವಂದ್ವಗಳಿಗೆ ಸಿಲುಕದೇ ಸದಾ ಪ್ರಶಾಂತ ಚಿತ್ತರಾಗಿ ಅತ್ಯಂತ ಉತ್ಸಾಹ ಹಾಗೂ ಸಂತೋಷದಿಂದ ನಾವು ಮಾಡುವ ಸರ್ವ ಕರ್ಮಗಳನ್ನು ಭಗವಂತನಿಗೆ ಸಮರ್ಪಣೆ ಮಾಡುವುದನ್ನು ರೂಢಿಸಿಕೊಂಡರೆ ನಾವೆಲ್ಲರೂ ಕೂಡಾ ಸಂತಸದ ಸಂತೃಪ್ತಿಯ ದೈವಿಕ ಜೀವನವನ್ನು ನಡೆಸಬಹುದಾಗಿದೆ.

❀ ❀ ❀

यदा यदा हि धर्मस्य ग्लानिर्भवति भारत।
अभ्युत्थानमधर्मस्य तदाऽऽत्मानं सृजाम्यहम्॥४.७॥

ಯಾವಾಗ ಎಲ್ಲೆಲ್ಲಿ ಮಾನವ ಪ್ರಪಂಚದಲ್ಲಿ ಕತ್ತಲೆ ತುಂಬಿ ಅಜ್ಞಾನ ಹರಡಿ
ಧರ್ಮವು ಪತನಗೊಳ್ಳುವುದೋ ಮತ್ತು ಅಧರ್ಮವು ಪ್ರಬಲವಾಗುವುದೋ,
ಆಗ ಎಲ್ಲರ ಭಯವನ್ನು ದೂರ ಮಾಡಲು ಮತ್ತು ಈ ಎಲ್ಲದರಿಂದ ಮುಕ್ತಗೊಳಿಸಲು
ನಾನು ಸ್ವಯಂ ಅವತರಿಸಿ ಈ ಭೂಮಿಯ ಮೇಲೆ ಪ್ರಕಟವಾಗುತ್ತೇನೆ. ॥4.7॥

वीतरागभयक्रोधा मन्मया मामुपाश्रिताः।
बहवो ज्ञानतपसा पूता मद्भावमागताः॥४.१०॥

ಯಾರು ವಿಷಯಾಸಕ್ತಿ, ಭಯ, ಕ್ರೋಧಾದಿಗಳನ್ನು ಜಯಿಸಿ ದೃಢಚಿತ್ತದಿಂದ
ನನ್ನನ್ನು ಪಡೆಯಲು ನನ್ನ ಧ್ಯಾನ ಮಾಡುತ್ತಾರೋ ಅವರು ವಾಸ್ತವಿಕವಾಗಿ
ನನ್ನನ್ನೇ ಪಡೆದು ನಿಜವಾಗಿಯೂ ದೈವಿಕ ಜೀವನವನ್ನು ನಡೆಸುತ್ತಾರೆ. ॥4.10॥

यस्य सर्वे समारम्भाः कामसङ्कल्पवर्जिताः।
ज्ञानाग्निदग्धकर्माणं तमाहुः पण्डितं बुधाः॥४.१९॥

ಯಾವ ವ್ಯಕ್ತಿಯು ಧರ್ಮಗ್ರಂಥಗಳನ್ನು ಪಾಲಿಸುತ್ತಾ ಅಪೇಕ್ಷೆ ರಹಿತವಾಗಿ
ಹಾಗೂ ಇಂದ್ರಿಯ ತೃಪ್ತಿಯನ್ನು ಬಯಸದೆ ಕರ್ಮ ಮಾಡುತ್ತಾನೋ,
ಅಂತಹ ಕರ್ಮವು ಜ್ಞಾನವೆಂಬ ಅಗ್ನಿಯಲ್ಲಿ ಸುಟ್ಟು ಬೆಳಗುತ್ತದೆ ಮತ್ತು ಇಂತಹ
ವ್ಯಕ್ತಿಯು ನಿಜವಾದ ಜ್ಞಾನಿ ಅಥವಾ ಮುನಿ ಎಂದೆನಿಸಲು ಯೋಗ್ಯನು. ॥4.19॥

यदृच्छालाभसन्तुष्टो द्वन्द्वातीतो विमत्सरः।
समः सिद्धावसिद्धौ च कृत्वापि न निबध्यते॥४.२२॥

ಯಾವ ವ್ಯಕ್ತಿಯು ತಾನಾಗಿ ಲಭಿಸಿದರಲ್ಲಿ ತೃಪ್ತಿ ಪಡೆಯುವನೊ, ಮಾತ್ಸರ್ಯ,
ಅಸೂಯೆ ರಹಿತನಾಗಿ ಸೋಲು ಗೆಲುವುಗಳನ್ನು ಸಮತ್ವದ ಭಾವನೆಯಿಂದ
ಕಾಣುವನೋ ಮತ್ತು ಸುಖ ದುಃಖಗಳಿಂದ ಮುಕ್ತನಾಗಿರುತ್ತಾನೊ, ಇಂತಹ ಜ್ಞಾನಿಯು
ಎಂದಿಗೂ ಕರ್ಮಗಳ ಬಂಧನಕ್ಕೆ ಒಳಗಾಗುವುದಿಲ್ಲ ಏಕೆಂದರೆ ಇವನು
ಈ ಎಲ್ಲ ಬಂಧನಗಳ ಪರಿಸ್ಥಿತಿಗಳನ್ನು ಮೀರಿರುತ್ತಾನೆ. ॥4.22॥

❀ ❀ ❀

ಅಧ್ಯಾಯ 05 – ಆಸೆ ಮತ್ತು ಕ್ರೋಧಗಳ ನಿಯಂತ್ರಣ

ನಾವು ನಮ್ಮ ಬಯಕೆ ಹಾಗೂ ಕ್ರೋಧವನ್ನು ನಿಯಂತ್ರಣದಲ್ಲಿಟ್ಟುಕೊಂಡು ಪ್ರತಿಯೊಂದು ಕರ್ಮಗಳನ್ನು ಸಮರ್ಪಣಾ ಮನೋಭಾವದಿಂದ ಮಾಡಿದಾಗ ಮುಕ್ತ ಹಾಗೂ ಪರಮ ಸಂತೋಷದ ಜೀವನಾನಂದವನ್ನು ಪಡೆಯಬಹುದಾಗಿದೆ.

ಅಧ್ಯಾಯ – 05

ಆಸೆ ಮತ್ತು ಕ್ರೋಧಗಳ ನಿಯಂತ್ರಣ

ಅರ್ಜುನನು ಶ್ರೀ ಕೃಷ್ಣನನ್ನು ಕುರಿತು 'ಸನ್ಯಾಸ' ಹಾಗೂ 'ಕರ್ಮಯೋಗ'ದಲ್ಲಿ ಉತ್ತಮವಾದ ಮಾರ್ಗ ಯಾವುದು? ಎಂಬುದನ್ನು ಮತ್ತೊಮ್ಮೆ ತಿಳಿಸಿಕೊಡುವಂತೆ ಬೇಡಿಕೊಂಡನು. ಆಗ ಕೃಷ್ಣನು 'ಸನ್ಯಾಸ' ಹಾಗೂ 'ಕರ್ಮಯೋಗ'ವು ಅಂತಿಮವಾಗಿ ಒಂದೇ ಗುರಿಯನ್ನು ಹೊಂದುತ್ತಿದ್ದರೂ ಕೂಡಾ 'ಕರ್ಮಯೋಗ'ದ ಮಾರ್ಗವು ಅತ್ಯಂತ ಶ್ರೇಷ್ಠವಾದುದು ಎಂದು ಭೋಧಿಸಿದನು. ಮಾನವನು ಉತ್ತಮ ಕರ್ಮಗಳನ್ನು ಆಚರಿಸುವುದರಿಂದ ಅವನಿಗೆ ಆತ್ಮಜ್ಞಾನದ ಅರಿವುಂಟಾಗುತ್ತದೆ. ಅಂಥ ಜ್ಞಾನವನ್ನು ಹೊಂದಿದ ವ್ಯಕ್ತಿಯು ಸರ್ವರಲ್ಲಿ ಅಂದರೆ ಪಂಡಿತ, ಆನೆ, ಹಸು, ಬೆಕ್ಕು, ಹಿಂಸ್ರಪ್ರಾಣಿಗಳು ಇತ್ಯಾದಿಯಾಗಿ ಸಕಲ ಜೀವಿಗಳಲ್ಲಿ ಸ್ಥಿತವಾಗಿರುವ ಆತ್ಮವು ಒಂದೇ ಪರಮಾತ್ಮನ ವಿವಿಧ ರೂಪಗಳೆಂಬ ಅರಿವನ್ನು ಪಡೆದು ಎಲ್ಲದರಲ್ಲಿಯೂ ಸಮಭಾವವನ್ನು ಹೊಂದುತ್ತಾನೆ. ಏಕೆಂದರೆ ಮುಕ್ತನಾದ ಮನುಷ್ಯನು ಸಕಲ ಜೀವಿಗಳಲ್ಲಿ ನೆಲೆಸಿರುವ ದೈವೀ ಶಕ್ತಿಯು ಒಂದೇ ಆಗಿದೆಯೆಂಬ ತತ್ವವನ್ನು ಅರಿತವನಾಗಿರುತ್ತಾನೆ.

ಕೃಷ್ಣನು ಮುಕ್ತ ಹಾಗೂ ನೈಜವಾದ ಪರಮಾನಂದವನ್ನು ಹೊಂದುವ ರಾಜಮಾರ್ಗವನ್ನು ಸರ್ವರಿಗೂ ತೆರೆದಿಟ್ಟಿದ್ದಾನೆ. ಮಾನವನಲ್ಲಿ ಆಸೆ ಹಾಗೂ ಕ್ರೋಧಗಳು ಹಠಾತ್ತನೆ ಒಂದೇ ರಭಸದಲ್ಲಿ ನುಗ್ಗಿ ಬರುತ್ತವೆ. ಮಾನವನು ಜಿತೇಂದ್ರಿಯನಾಗಿ ಆಸೆ ಹಾಗೂ ಕ್ರೋಧಗಳ ಆವೇಶವನ್ನು ನಿಯಂತ್ರಿಸಿಕೊಂಡು ಎಲ್ಲ ಸಂದರ್ಭಗಳಲ್ಲೂ ಸ್ಥಿರ ಬುದ್ಧಿಯುಳ್ಳವನಾದಾಗ ಅವನು ಜೀವನದುದ್ದಕ್ಕೂ ಅತ್ಯದ್ಭುತವಾದ ಪರಮಾನಂದದ ಅನುಭೂತಿಯನ್ನು ಹೊಂದುತ್ತಾನೆ.

ಮೇಲಿನ ಈ ತತ್ವವನ್ನು ಒಂದು ಸುಲಭವಾದ ಉದಾಹರಣೆಯಿಂದ ಅರ್ಥ ಮಾಡಿಕೊಳ್ಳಬಹುದು. ಪರೀಕ್ಷೆಗಾಗಿ ನಾವು ಓದುತ್ತಿರುವಾಗ ಹಲವಾರು ಬಾರಿ ಆಟವಾಡಲು ಅಥವಾ ಹೊರಗೆ ಸುತ್ತಾಡುವ ಬಲವಾದ ಬಯಕೆ ವಿದ್ಯಾರ್ಥಿಗಳಲ್ಲಿ ಉಂಟಾಗಬಹುದು ಮತ್ತು ಕೆಲ ಸಂದರ್ಭಗಳಲ್ಲಿ ನಮ್ಮ ಇಚ್ಛೆಯಂತೆ ನಡೆಯದಿದ್ದಲ್ಲಿ ಅಥವಾ ನಮಗೆ ಆತ್ಮೀಯರಾದವರು ನಮ್ಮ ಮಾತಿನಂತೆ ನಡೆಯದಿದ್ದರೆ ನಾವು ಬಹಳ ಕೋಪಗೊಳ್ಳುತ್ತೇವೆ. ಇಂಥಹ ಸಂದರ್ಭಗಳಲ್ಲಿ ನಾವು ನಮ್ಮ ಬಯಕೆ ಹಾಗೂ ಕ್ರೋಧಗಳಿಗೆ ವಶರಾದರೆ ಪರೀಕ್ಷೆಯಲ್ಲಿ ಪರಿಣಾಮಕಾರಿಯಾಗಿ ಉತ್ತರಿಸಲು ಸಾಧ್ಯವಾಗುವುದಿಲ್ಲ, ಅಲ್ಲದೇ ಆತ್ಮೀಯರೊಂದಿಗಿನ ನಮ್ಮ ಸಂಬಂಧವು ಕೂಡಾ ಕೆಡುತ್ತದೆ.

ನಾವು ನಮ್ಮ ಬಯಕೆ ಹಾಗೂ ಕ್ರೋಧವನ್ನು ನಿಯಂತ್ರಣದಲ್ಲಿಟ್ಟುಕೊಂಡು ಪ್ರತಿಯೊಂದು ಕರ್ಮಗಳನ್ನು ಸಮರ್ಪಣಾ ಮನೋಭಾವದಿಂದ ಮಾಡಿದಾಗ ಮುಕ್ತ ಹಾಗೂ ಪರಮ ಸಂತೋಷದ ಜೀವನಾನಂದವನ್ನು ಪಡೆಯಬಹುದಾಗಿದೆ.

ನಮ್ಮ ತಂದೆ ತಾಯಿಗಳು ಏನನ್ನೂ ಅಪೇಕ್ಷಿಸದೆ ನಮಗಾಗಿ ಹೇಗೆ ತನ್ಮಯತೆಯಿಂದ ಅತ್ತ್ಯುತ್ತಮವಾದ ಆಹಾರ ಪದಾರ್ಥಗಳನ್ನು ಪ್ರೀತಿಯಿಂದ ಸಿದ್ಧಪಡಿಸುತ್ತಾರೋ ಅದೇ ರೀತಿಯಾಗಿ ನಾವು ಕೂಡಾ ನಮ್ಮ ಪ್ರತಿಯೊಂದು ಕರ್ಮವನ್ನು ಸಮರ್ಪಣ ಮನೋಭಾವದಿಂದ ನಮ್ಮ ಅಂತರ್ಯಾಮಿಯಾದ ಆತ್ಮತತ್ವಕ್ಕೆ ಸಮರ್ಪಣೆ ಮಾಡಿದಾಗ ನಾವು ಮಾಡುವ ಎಲ್ಲ ಕರ್ಮಗಳು ಅತ್ತ್ಯುತ್ತಮವಾಗಿ ನಮಗೆ ಪರಮ ಶಾಂತಿ ಹಾಗೂ ಸಂತೋಷಗಳನ್ನು ತಂದುಕೊಡುತ್ತವೆ.

❀ ❀ ❀

संन्यासः कर्मयोगश्च निःश्रेयसकरावुभौ।
तयोस्तु कर्मसंन्यासात्कर्मयोगो विशिष्यते॥५.२॥

ಶ್ರೀ ಕೃಷ್ಣನು ಹೀಗೆ ನುಡಿದನು,
ಕರ್ಮ ಸನ್ಯಾಸ ಮತ್ತು ಭಗವದರ್ಪಿತವಾದ ಕರ್ಮಾಚರಣೆ ಇವೆರಡೂ
ಶ್ರೇಯಸ್ಕರವೇ ಆಗಿವೆ. ಆದರೆ ಇವುಗಳಲ್ಲಿ ಕರ್ಮಾಚರಣೆಯು ಸುಲಭವಾದ್ದರಿಂದ
ಕರ್ಮಯೋಗವು ಅಧಿಕ ಶ್ರೇಯಸ್ಕರವಾದದ್ದು. ॥5.2॥

विद्याविनयसंपन्ने ब्राह्मणे गवि हस्तिनि।
शुनि चैव श्वपाके च पण्डिताः समदर्शिनः॥५.१८॥

ಯಾರ ದೃಷ್ಟಿಯು ಜ್ಞಾನದ ಬೆಳಕಿನಿಂದ ಬೆಳಗುತ್ತದೋ,
ಅವನಿಗೆ ವಿದ್ಯಾವಿನಯಸಂಪನ್ನನಾದ ಬ್ರಾಹ್ಮಣ, ಗೋವು, ಆನೆ, ನಾಯಿ ಹಾಗೂ
ಪಶು ಭಕ್ಷಕನನ್ನು ಸೇರಿ ಎಲ್ಲರನ್ನೂ ಸಮಭಾವದಿಂದ ಕಾಣುತ್ತಾನೆ. ॥5.18॥

शक्नोतीहैव यः सोढुं प्राक्शरीरविमोक्षणात्।
कामक्रोधोद्भवं वेगं स युक्तः स सुखी नरः॥५.२३॥

ಯಾವ ವ್ಯಕ್ತಿಯು ಇಂದ್ರಿಯ ಬಯಕೆಗಳಿಗೆ ಕಡಿವಾಣ ಹಾಕಿ
ಕಾಮಕ್ರೋಧಗಳ ವೇಗವನ್ನು ತಡೆಯಲು ಶಕ್ತನಾಗುತ್ತಾನೋ ಅವನಿಗೆ ಇದೇ ಜನ್ಮದಲ್ಲಿ
ಉತ್ತಮ ಜ್ಞಾನ ಮತ್ತು ಆಂತರಿಕ ಶಾಂತಿಯೂ ಲಭ್ಯವಾಗುತ್ತದೆ ॥5.23॥

❀ ❀ ❀

ಅಧ್ಯಾಯ 06 – ವಿಶ್ವವ್ಯಾಪಕ ದೃಷ್ಟಿಕೋನ

ವಿಶ್ವವ್ಯಾಪಕ ದೃಷ್ಟಿಕೋನವನ್ನು ಹೊಂದಿದ ವಿದ್ಯಾರ್ಥಿಯು ಧರ್ಮ, ಜ್ಯಾತಿ, ಮತ, ಪಂಥ, ಸಮಾಜ ಹಾಗೂ ರಾಷ್ಟ್ರದ ಸಂಕುಚಿತ ಭಾವನೆಗಳಿಗೆ ಒಳಗಾಗದೆ ತನ್ನಲ್ಲಿರುವ ದೈವೀ ಅಂಶವೇ ವಿಶ್ವದೆಲ್ಲೆಡೆಯಲ್ಲಿ ಸ್ಥಿತವಾಗಿದೆ ಎಂಬ ಪರಮ ಸತ್ಯದ ಅರಿವನ್ನು ಅವನು ಹೊಂದುತ್ತಾನೆ.

ಅಧ್ಯಾಯ – 06

ವಿಶ್ವವ್ಯಾಪಕ ದೃಷ್ಟಿಕೋನ

ಈ ಅಧ್ಯಾಯವು ಮನುಷ್ಯನು ತನ್ನ ಜೀವನದಲ್ಲಿ ಶಿಸ್ತನ್ನು ಪಾಲಿಸಬೇಕಾದ ಮಹತ್ವದ ವಿಷಯವನ್ನು ಕುರಿತಾಗಿ ಭೋಧಿಸುತ್ತದೆ. ನಾವು ಮಾಡುವ ಎಲ್ಲ ಕರ್ಮಗಳನ್ನು ಫಲಾಪೇಕ್ಷೆ ಇಲ್ಲದೇ ಮಾಡಿ ಭಗವದರ್ಪಣ ಮಾಡಿದಾಗ ನಾವು ಆಶ್ಚರ್ಯಕರವಾದ ಅತ್ಯದ್ಭುತ ಸಿದ್ಧಿಗಳನ್ನು ಸಾಧಿಸಲು ಸಾಧ್ಯವಾಗುತ್ತದೆ. ಫಲತ್ಯಾಗ ಭಾವದಿಂದ ನಿರಂತರ ಕರ್ಮಗಳನ್ನು ಮಾಡುತ್ತ ಮಾನವನು ತನ್ನ ಮನಸ್ಸನ್ನು ವಿಶಾಲಗೊಳಿಸಿಕೊಳ್ಳಲು ಹಾಗೂ ತನ್ನ ಬುದ್ಧಿ ಶಕ್ತಿಯನ್ನು ಹೆಚ್ಚಿಸಿಕೊಳ್ಳಲು ಸಾಧ್ಯವಾಗುತ್ತದೆ.

ನಾವು ಶಿಸ್ತಿನಿಂದ ನಿಯಮಿತವಾಗಿ ಆಹಾರ, ನಿದ್ರೆ ಹಾಗೂ ಕರ್ತವ್ಯಗಳನ್ನು ಕ್ರಮಬದ್ಧವಾಗಿ ನಿರ್ವಹಿಸಿದಾಗ ನಮ್ಮ ಮನಸ್ಸು ಪ್ರಸನ್ನವಾಗಿ ನಮ್ಮ ಜೀವನವು ದುಃಖ ಹಾಗೂ ಒತ್ತಡರಹಿತವಾಗಿ ಆನಂದದಾಯಕವಾಗಿರುತ್ತದೆ.

ಒಂದು ವೇಳೆ ವಿದ್ಯಾರ್ಥಿಯು ತನ್ನ ಜೀವನದಲ್ಲಿ ಈ ಮೇಲಿನ ನಿಯಮಗಳನ್ನು ರೂಢಿಸಿಕೊಂಡರೆ ಅವನು ಸಂಯಮಶೀಲನಾಗಿ ಹಾಗೂ ವಿಶಾಲ ಮನಸ್ಸಿನವನಾಗಿ ಅಂತರಂಗದಲ್ಲಿ ಸ್ಥಿತವಾಗಿರುವ ಭಗವಂತನ ದೈವೀ ತತ್ವವೇ ಎಲ್ಲ ಜೀವಿಗಳ ಅಂತರಂಗದಲ್ಲಿ ಸ್ಥಿತವಾಗಿದೆ ಎಂಬ ಪರಮ ಸತ್ಯದ ಅರಿವನ್ನು ಪಡೆಯುತ್ತಾನೆ. ಅಂಥ ವಿದ್ಯಾರ್ಥಿಯು ಧರ್ಮ, ಜ್ಯಾತಿ, ಮತ, ಪಂಥ, ಸಮಾಜ ಹಾಗೂ ರಾಷ್ಟ್ರದ ಸಂಕುಚಿತ ಭಾವನೆಗಳಿಗೆ ಒಳಗಾಗದೇ ತನ್ನಲ್ಲಿರುವ ದೈವೀ ಅಂಶವೇ ವಿಶ್ವದೆಲ್ಲೆಡೆಯಲ್ಲಿ ಸ್ಥಿತವಾಗಿದೆ ಎಂಬ ಪರಮ ಸತ್ಯದ ಅರಿವನ್ನು ಅವನು ಹೊಂದುತ್ತಾನೆ.

ವಿದ್ಯಾರ್ಥಿಯು ಇಂಥ ಶಿಸ್ತುಬದ್ಧ ಜೀವನ ಕ್ರಮವನ್ನು ಅನುಸರಿಸಿದಾಗ ಮತ್ತು ನಿರಪೇಕ್ಷನಾಗಿ ಎಲ್ಲವನ್ನು ಸಹನೆಯಿಂದ ಸ್ವೀಕರಿಸಿದಾಗ ಅವನು ತನ್ನ ಮತ್ತು ಅನ್ಯರ ನಡುವೆ ಯಾವ ವ್ಯತ್ಯಾಸವನ್ನು ಕಾಣುವುದಿಲ್ಲ. “ಎಲ್ಲರೂ ತನ್ನಂತೆಯೇ” ಎಂಬ ಭಾವವನ್ನು ತಾಳುತ್ತಾನೆ.

ಇಂದಿನ ಈ ಸಂದರ್ಭದಲ್ಲಿ ವಿದ್ಯಾರ್ಥಿಗಳು ಇಂತಹ ಜಾಗತಿಕ ಹಾಗೂ ವೈಶ್ವಿಕ ವಿಶಾಲ ದೃಷ್ಟಿಕೋನವನ್ನು ಬೆಳೆಸಿಕೊಳ್ಳುವುದು ಸರ್ವಾಂಗೀಣ ಅಭಿವೃದ್ಧಿಗಾಗಿ ಅತ್ಯವಶ್ಯಕವಾಗಿದೆ.

❀ ❀ ❀

अनाश्रितः कर्मफलं कार्यं कर्म करोति यः।
स संन्यासी च योगी च न निरग्निर्न चाक्रियः॥६.१॥

ಶ್ರೀ ಕೃಷ್ಣನು ಹೀಗೆ ನುಡಿದನು,
ಫಲಾಪೇಕ್ಷೆ ರಹಿತವಾಗಿ ಯಾರು ಕರ್ಮಗಳನ್ನು ನಿರ್ವಹಿಸುತ್ತಾನೋ
ಅವನೇ ನಿಜವಾದ ಸನ್ಯಾಸಿಯೂ, ಯೋಗಿಯು ಎಂದೆನಿಸುತ್ತಾನೆ.
ಅಗ್ನಿಹೋತ್ರಾಗಿ ಯಜ್ಞಗಳನ್ನು ಮತ್ತು ಕರ್ಮಗಳನ್ನು ತ್ಯಜಿಸಿದವನು ನಿಜವಾದ
ಸನ್ಯಾಸಿ ಅಥವಾ ಯೋಗಿ ಎಂದೆನಿಸುವುದಿಲ್ಲ. ॥6.1॥

युक्ताहारविहारस्य युक्तचेष्टस्य कर्मसु।
युक्तस्वप्नावबोधस्य योगो भवति दुःखहा॥६.१७॥

ಯಾರು ಆಹಾರ, ನಿದ್ರೆ, ವಿಹಾರ ಮತ್ತು ಎಲ್ಲಾ ಚಟುವಟಿಕೆಗಳಲ್ಲಿ ಇತಿಮಿತಿಯನ್ನು
ಇರಿಸುತ್ತಾನೋ ಅವನು ಯೋಗಾಭ್ಯಾಸದಿಂದ ಎಲ್ಲಾ ಐಹಿಕ ದುಃಖಗಳಿಗೆ
ಪರಿಹಾರವನ್ನು ಕಾಣಲು ಶಕ್ತನಾಗುತ್ತಾನೆ. ॥6.17॥

सर्वभूतस्थमात्मानं सर्वभूतानि चात्मनि।
ईक्षते योगयुक्तात्मा सर्वत्र समदर्शनः॥६.२९॥

ಯಾವ ವ್ಯಕ್ತಿಯು ತನ್ನನ್ನು ಆ ಪರಬ್ರಹ್ಮನ ಅಂಶವೆಂದು ತಿಳಿದು
ಯಾವುದೇ ಭೇದ ಭಾವಗಳಿಲ್ಲದೆ ಎಲ್ಲ ಜೀವರಾಶಿಗಳೊಡನೆ ಸಮತ್ವದ
ಭಾವನೆ ಇಟ್ಟುಕೊಂಡು ಪ್ರತಿಯೊಂದು ಜೀವಿಯಲ್ಲೂ ತನ್ನನ್ನು ಮತ್ತು
ತನ್ನಲ್ಲಿ ಪ್ರತಿಯೊಂದು ಜೀವಿಯನ್ನು ಕಾಣುತ್ತಾನೋ ಅವನು ನಿಜವಾಗಿಯೂ
ಆತ್ಮಸಾಕ್ಷಾತ್ಕಾರ ಪಡೆದ ವ್ಯಕ್ತಿ ಎನಿಸುತ್ತಾನೆ. ॥6.29॥

❀ ❀ ❀

ಅಧ್ಯಾಯ 07 – ದೈವತ್ವದ ವಿಶ್ವವ್ಯಾಪಿ ಅಸ್ತಿತ್ವ

ವಿಶ್ವದಲ್ಲಿ ಸ್ಥಿತವಾಗಿರುವ ಅತ್ಯುತ್ತಮ ಹಾಗೂ ಪರಿಶುದ್ಧತೆ ಹೊಂದಿರುವ ಎಲ್ಲವೂ ಅತ್ಯವಶ್ಯವಾಗಿ ದೈವತ್ವವಾಗಿರುತ್ತದೆ ಎಂಬುದನ್ನು ನಾವು ಅರಿಯಬಹುದು ಹಾಗೂ ಗುರುತಿಸಬಹುದು.

ಅಧ್ಯಾಯ – 07

ದೈವತ್ವದ ವಿಶ್ವವ್ಯಾಪಿ ಅಸ್ತಿತ್ವ

ಅಕ್ಷರಶಃ 'ಯೋಗ' ಶಬ್ದದ ಅರ್ಥವು 'ಒಂದಾಗುವುದು' ಎಂಬುದಾಗಿದೆ. ಈ ಅಧ್ಯಾಯದಲ್ಲಿ ಶ್ರೀ ಕೃಷ್ಣನು ಆತ್ಮವು ಪರಮಾತ್ಮ ತತ್ವದಲ್ಲಿ ಒಂದಾಗುವ ಜ್ಞಾನವನ್ನು ಬೋಧಿಸುತ್ತಾನೆ. ಅಲ್ಲದೇ ದೈವತ್ವವು ವಿಶ್ವದ ಎಲ್ಲದರಲ್ಲಿಯೂ ಸರ್ವವ್ಯಾಪ್ತವಾಗಿದೆ ಎಂದು ಶ್ರೀ ಕೃಷ್ಣನು ಅರ್ಜುನನಿಗೆ ಬೋಧಿಸುತ್ತಾನೆ. ಸರ್ವವ್ಯಾಪ್ತವಾದ ಈ ದೈವತ್ವವು ರಸಗಂಧಗಳಲ್ಲಿ ರುಚಿಯಾಗಿ, ಆಕಾಶಕಾಯಗಳಾದ ಸೂರ್ಯ ಚಂದ್ರರಲ್ಲಿ ಬೆಳಕಾಗಿ, ವಿಶ್ವ ಸೃಷ್ಟಿಯ ಮೂಲ ಮಂತ್ರದಲ್ಲಿ ಓಂಕಾರವಾಗಿ ಹಾಗೂ ಮಾನವನಲ್ಲಿ ಚೇತನ ಶಕ್ತಿಯಾಗಿ ಎಲ್ಲದರಲ್ಲೂ ಸ್ಥಿತವಾಗಿದೆ. ಈ ವಿಶ್ವದ ಎಲ್ಲ ಚರಾಚರಗಳಲ್ಲೂ ಅತ್ಯುತ್ತಮವಾದ ಪರಿಶುದ್ಧವಾದ ಭಗವಂತನ ಮೂಲ ತತ್ವವಿದೆ ಎಂಬುದನ್ನು ನಾವು ಅರಿತುಕೊಳ್ಳಬೇಕು. ಮನಸ್ಸಿಗೆ ಮುದ ನೀಡುವ ಪರಿಮಳ, ಅಗ್ನಿಯಲ್ಲಿರುವ ತೇಜಸ್ಸು ಹಾಗೂ ಅದರ ಆಹ್ಲಾದಕರ ಶಕ್ತಿಯನ್ನು ನಾವು ಅನುಭವಿಸಿದಾಗ ಅವುಗಳಲ್ಲೆಲ್ಲಾ ದೈವೀ ಅಂಶವು ಸಂಯೋಗವಾಗಿದೆ ಎಂಬ ತತ್ವವನ್ನು ನಾವು ಗ್ರಹಿಸಬಹುದು. ಈ ರೀತಿಯಾಗಿ ವಿಶ್ವದಲ್ಲಿ ಸ್ಥಿತವಾಗಿರುವ ಅತ್ಯುತ್ತಮ ಹಾಗೂ ಪರಿಶುದ್ಧತೆ ಹೊಂದಿರುವ ಎಲ್ಲವೂ ಅತ್ಯವಶ್ಯವಾಗಿ ದೈವತ್ವವಾಗಿರುತ್ತದೆ ಎಂಬುದನ್ನು ನಾವು ಅರಿಯಬಹುದು ಹಾಗೂ ಗುರುತಿಸಬಹುದು.

ಶ್ರೀ ಕೃಷ್ಣನು ಅರ್ಜುನನಿಗೆ "ನಾನು ಸರ್ವವ್ಯಾಪ್ತನಾಗಿದ್ದೇನೆ ಹಾಗೂ ವಿಶ್ವವು ನನ್ನಿಂದಲೇ ಪರಿಪಾಲಿತವಾಗುತ್ತದೆ" ಎಂದು ಬೋಧನೆ ಮಾಡಿದನು. ಇಲ್ಲಿ ಪ್ರಯೋಗಿಸಲಾದ 'ನಾನು' ಮತ್ತು 'ನನ್ನಿಂದ' ಎಂಬ ಶಬ್ದಗಳು ಪರಮಾತ್ಮನ ದೈವತ್ವ ಹಾಗೂ ಆತನ ಸರ್ವವ್ಯಾಪ್ತತೆಯನ್ನು ಸಾರುತ್ತವೆ.

ಮುಂದುವರೆದು, ಶ್ರೀ ಕೃಷ್ಣನು ಅರ್ಜುನನಿಗೆ "ಈ ದೈವತ್ವವೇ ಎಲ್ಲರಿಗೂ ಪ್ರಬಲವಾದ ಮಹತ್ ಶಕ್ತಿಯನ್ನು ನೀಡುತ್ತದೆ ಎಂದು ತಿಳಿಯಪಡಿಸುತ್ತಾನೆ.

ಪರಮಾತ್ಮನು ಮಾನವನಿಗೆ ಕೇವಲ ಒಂದು ಬಯಕೆಯನ್ನು ಮಾತ್ರ ಹೊಂದಲು ಅನುಮತಿಸಿದ್ದಾನೆ. ಅದು ನೈತಿಕ ಮಾರ್ಗದ ಸ್ವಧರ್ಮ ಪಾಲನೆಯೇ ಆಗಿದೆ. ಪ್ರತಿಯೊಬ್ಬ ವ್ಯಕ್ತಿಗೂ ಅವನದ್ದೇ ಆದ ಸ್ವಧರ್ಮವಿರುತ್ತದೆ. ಉದಾಹರಣೆಗೆ ವಿದ್ಯಾರ್ಥಿಯ ಧರ್ಮವು ಶಿಕ್ಷಣವನ್ನು ಗ್ರಹಿಸುವುದು, ಗುರುವಿನ ಧರ್ಮವು ಶಿಕ್ಷಣವನ್ನು ಬೋಧಿಸುವುದು, ರಾಜಕಾರಣಿಯ ಧರ್ಮವು ತನ್ನ ಅನುಯಾಯಿಗಳನ್ನು ಸರಿಯಾದ ದಾರಿಯಲ್ಲಿ ಮುನ್ನಡೆಸುವುದು, ವೈದ್ಯನ ಧರ್ಮವು ರೋಗಿಗಳನ್ನು ಗುಣಪಡಿಸುವುದು ಹಾಗೂ ಸೈನಿಕನ ಧರ್ಮವು ದೇಶವಾಸಿಗಳನ್ನು ಸಂರಕ್ಷಿಸುವುದಾಗಿರುತ್ತದೆ.

ಪ್ರತಿಯೊಬ್ಬ ವ್ಯಕ್ತಿಯ ವೈಯಕ್ತಿಕ ಧರ್ಮವು ಹೀಗೆ ಪರಸ್ಪರ ವಿಭಿನ್ನವಾಗಿ ಗೋಚರಿಸುವುದರಿಂದ ಇವುಗಳೆಲ್ಲದರಲ್ಲಿ ಏಕತೆ ಹೇಗೆ ಸಾಧ್ಯ ? ಎಂಬ ಪ್ರಶ್ನೆ ಸಹಜವಾಗಿ ನಮ್ಮಲ್ಲಿ ಮೂಡುತ್ತದೆ. ಈ ಪ್ರಶ್ನೆಗೆ ಭಗವದ್ಗೀತೆಯಲ್ಲಿ ಶ್ರೀ ಕೃಷ್ಣನು "ಮಾನವೀಯತೆಯ ಒಳಿತಿಗಾಗಿ ಕರ್ಮಗಳನ್ನು ಮಾಡುವುದೇ ಅತ್ಯುತ್ತಮ ಧರ್ಮ"ವೆಂದು ಸ್ಪಷ್ಟಪಡಿಸಿದ್ದಾನೆ. ನಮ್ಮ ನಮ್ಮ ವೈಯಕ್ತಿಕ ಧರ್ಮಗಳನ್ನು ಇಂತಹ ಮಹದುದ್ದೇಶದಿಂದ ನಿರ್ವಹಿಸಿದಲ್ಲಿ ನಾವುಗಳೆಲ್ಲರೂ ಒಂದುಗೂಡಬಹುದು. ನಿಸ್ವಾರ್ಥತೆಯಿಂದ ಕರ್ಮ ಮಾಡುವ ಬುದ್ಧಿವಂತ ಮನುಷ್ಯನು ಯಾವುದೇ ರೀತಿಯ ಪಾಪ ಕರ್ಮಗಳಿಂದ ಬಂಧಿತನಾಗದೇ ಮುಕ್ತನಾಗಿ ಯಾವುದೇ ಭೌತಿಕ ಆಸೆ ಅಥವಾ ಆಕಾಂಕ್ಷೆಗಳಿಗೆ ಒಳಗಾಗುವುದಿಲ್ಲ.

ಶ್ರೀ ಕೃಷ್ಣನು ಯಾವ ಮನುಷ್ಯನು ಸರ್ವವ್ಯಾಪಿಯಾದ ದೈವತ್ವದ ಅಸ್ತಿತ್ವದಲ್ಲಿ ಧೃಢವಾದ ನಂಬಿಕೆಯಿಟ್ಟು ಅದನ್ನೇ ಭಕ್ತಿಯಿಂದ ಪೂಜಿಸುತ್ತಾನೆಯೋ ಅಂಥವನು ಮಹಾಜ್ಞಾನಿಯಾಗಿರುತ್ತಾನೆ ಎಂದು ಬೋಧಿಸಿದನು.

❀ ❀ ❀

ज्ञानं तेऽहं सविज्ञानमिदं वक्ष्याम्यशेषतः।
यज्ज्ञात्वा नेह भूयोऽन्यज्ज्ञातव्यमवशिष्यते॥७.२॥

ಈಗ ನಾನು ನಿನಗೆ ಯೋಗದ ಮೂಲಕ ಗ್ರಹಿಸಬಹುದಾದ ಜ್ಞಾನವನ್ನು ವಿವರಿಸುತ್ತೇನೆ.
ಇದನ್ನು ಗ್ರಹಿಸಿದ ನಂತರ ಬೇರೇನೂ ತಿಳಿದುಕೊಳ್ಳಲು ಇರುವುದಿಲ್ಲ.
ಈ ತತ್ತ್ವಜ್ಞಾನವನ್ನು ವಿಜ್ಞಾನದ ಜೊತೆಗೆ ಸಂಪೂರ್ಣವಾಗಿ ವಿವರಿಸುತ್ತೇನೆ. ॥7.2॥

रसोऽहमप्सु कौन्तेय प्रभास्मि शशिसूर्ययोः।
प्रणवः सर्ववेदेषु शब्दः खे पौरुषं नृषु॥७.८॥

ಹೇ ಕುಂತಿಪುತ್ರ! ನೀರಿನಲ್ಲಿನ ರಸವು ನಾನೇ, ಸೂರ್ಯ ಚಂದ್ರರಲ್ಲಿನ
ಪ್ರಕಾಶವು ನಾನೇ, ಸರ್ವ ವೇದಗಳಲ್ಲಿನ ಓಂಕಾರವು ನಾನೇ, ಮನುಷ್ಯರಲ್ಲಿನ
ಪೌರುಷವೂ ನಾನೇ, ಆಕಾಶದಲ್ಲಿನ ಶಬ್ದವೂ ನಾನೇ. ॥7.8॥

पुण्यो गन्धः पृथिव्यां च तेजश्चास्मि विभावसौ।
जीवनं सर्वभूतेषु तपश्चास्मि तपस्विषु॥७.९॥

ಪೃಥ್ವಿಯಲ್ಲಿನ ಸುಗಂಧವು ನಾನೇ, ಅಗ್ನಿಯ ಉಷ್ಣತೆ ಮತ್ತು ತೇಜಸ್ಸೂ ನಾನೇ, ಸಮಸ್ತ
ಪ್ರಾಣಿಗಳಲ್ಲಿನ ಚೈತನ್ಯವೂ ನಾನೇ, ತಪಸ್ವಿಗಳಲ್ಲಿನ ತಪಸ್ಸು ನಾನೇ ಆಗಿದ್ದೇನೆ. ॥7.9॥

बलं बलवतां चाहं कामरागविवर्जितम्।
धर्माविरुद्धो भूतेषु कामोऽस्मि भरतर्षभ॥७.११॥

ಹೇ ಭರತ ಶ್ರೇಷ್ಠನೇ ! ರಾಗ ಮತ್ತು ಕಾಮಗಳಿಲ್ಲದ ಬಲಶಾಲಿಗಳ
ಬಲ ಸ್ವರೂಪವೂ ನಾನು, ಸಂತಾನೋತ್ಪತ್ತಿಯ ಶಕ್ತಿಯೂ ನಾನು,
ಧರ್ಮ ವಿರುದ್ಧವಲ್ಲದ ಕಾಮವೂ ನಾನೇ ಆಗಿದ್ದೇನೆ. ॥7.11॥

येषां त्वन्तगतं पापं जनानां पुण्यकर्मणाम्।
ते द्वन्द्वमोहनिर्मुक्ता भजन्ते मां दृढव्रताः॥७.२८॥

ಸತ್ಕರ್ಮಗಳನ್ನು ನಿರ್ವಹಿಸಿ ಪಾಪಗಳನ್ನು ಕ್ಷಯಿಸುತ್ತಾ, ಇಂದ್ರಿಯ ಸುಖಗಳು,
ಅಸೂಯೆ ಮತ್ತು ಮೋಹಗಳನ್ನು ಸಂಪೂರ್ಣವಾಗಿ ತ್ಯಜಿಸಿದಂತಹ ಪುಣ್ಯವಂತನು
ನನ್ನಲ್ಲಿ ಶ್ರದ್ಧೆಯಿಟ್ಟು ನನ್ನನ್ನೇ ಭಜಿಸುತ್ತಾನೆ. ॥7.28॥

❀ ❀ ❀

ಅಧ್ಯಾಯ 08 – ದೈವೀ ಕರ್ಮಾಚರಣೆ

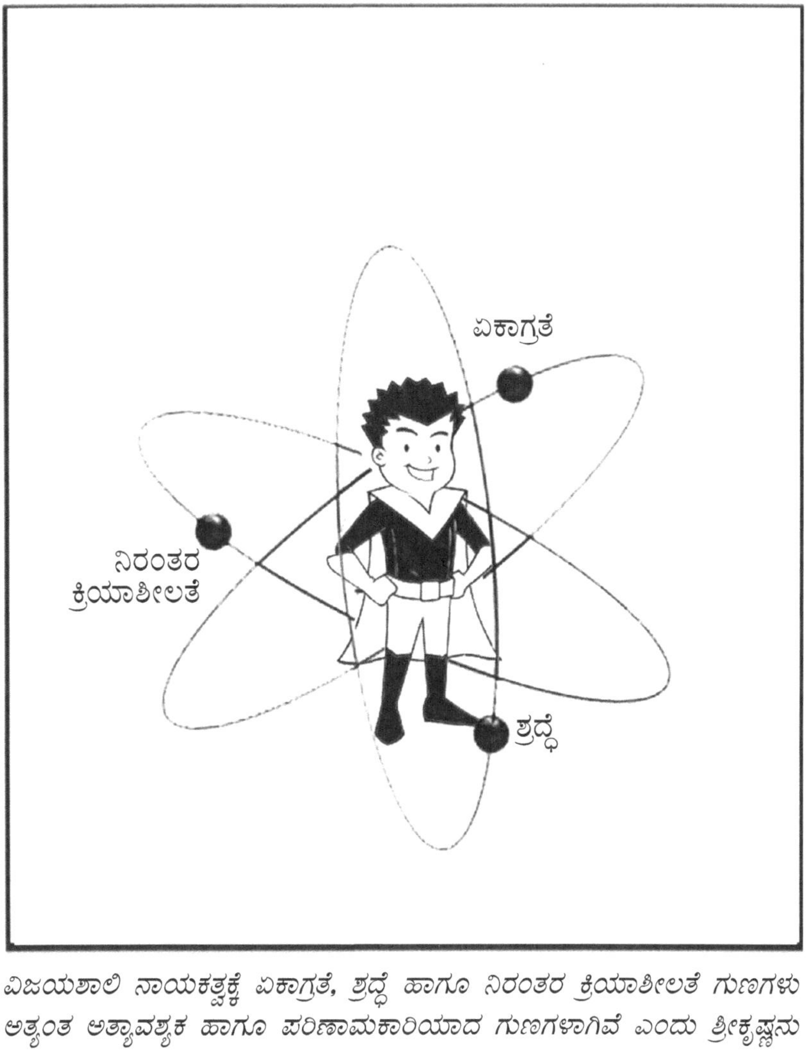

ವಿಜಯಶಾಲಿ ನಾಯಕತ್ವಕ್ಕೆ ಏಕಾಗ್ರತೆ, ಶ್ರದ್ಧೆ ಹಾಗೂ ನಿರಂತರ ಕ್ರಿಯಾಶೀಲತೆ ಗುಣಗಳು ಅತ್ಯಂತ ಅತ್ಯಾವಶ್ಯಕ ಹಾಗೂ ಪರಿಣಾಮಕಾರಿಯಾದ ಗುಣಗಳಾಗಿವೆ ಎಂದು ಶ್ರೀಕೃಷ್ಣನು ತಿಳಿಸಿಕೊಡುತ್ತಾನೆ.

ಅಧ್ಯಾಯ – 08
ದೈವೀ ಕರ್ಮಾಚರಣೆ

ಭಗವದ್ಗೀತೆಯ ಎಂಟನೆಯ ಅಧ್ಯಾಯದ ಮೂರು ಶ್ಲೋಕಗಳು ವಿದ್ಯಾರ್ಥಿಗಳ ದೃಷ್ಟಿಕೋನದಿಂದ ಪ್ರಮುಖವಾದವುಗಳೆಂದು ಆಯ್ಕೆ ಮಾಡಿಕೊಂಡು ಅವುಗಳನ್ನು ಇಲ್ಲಿ ವಿವರಿಸಲಾಗಿದೆ.

ವಿಜಯಶಾಲಿ ನಾಯಕತ್ವಕ್ಕೆ ಏಕಾಗ್ರತೆ, ಶ್ರದ್ಧೆ ಹಾಗೂ ನಿರಂತರ ಕ್ರಿಯಾಶೀಲತೆ ಗುಣಗಳು ಅತ್ಯಾವಶ್ಯಕ ಹಾಗೂ ಪರಿಣಾಮಕಾರಿಯಾದ ಗುಣಗಳಾಗಿವೆಯೆಂದು ಶ್ರೀ ಕೃಷ್ಣನು ತಿಳಿಸಿಕೊಡುತ್ತಾನೆ.

ಶ್ರೀ ಕೃಷ್ಣನು ಅತ್ಯುನ್ನತವಾದ ಈ ಮೂರು ಗುಣಗಳನ್ನು ನೀನು ಮಾಡುವ ಎಲ್ಲ ಕಾರ್ಯಗಳಲ್ಲಿ ಅಳವಡಿಸಿಕೊಂಡಲ್ಲಿ ನೀನು ಅತ್ಯುನ್ನತವಾದ ಸ್ಥಾನ ಮಾನಗಳನ್ನು ಪಡೆಯಲು ಸಾಧ್ಯವಾಗುವುದೆಂದು ಅರ್ಜುನನಿಗೆ ಉಪದೇಶಿಸಿದನು.

ಒಂದು ಪ್ರಚಲಿತ ಗಾದೆ "ನಿನ್ನ ಯೋಚನೆಯಂತೆ ನೀನು ಆಗುತ್ತಿ" ಎಂದು ಸಾರುತ್ತದೆ. ಇದರ ಅರ್ಥವೇನೆಂದರೆ ನಾವು ನಿರಂತರವಾಗಿ ಏನನ್ನು ಕುರಿತು ಚಿಂತಿಸುತ್ತೇವೆಯೋ ಅದರಂತೆ ನಮ್ಮ ಯೋಚನೆ ಹಾಗೂ ಗುಣಗಳು ಸಾಕಾರಗೊಳ್ಳುತ್ತವೆ ಎಂಬುದಾಗಿದೆ.

ಏಕಾಗ್ರತೆ, ತನ್ಮಯತೆ ಹಾಗೂ ನಿರಂತರ ಕ್ರಿಯಾಶೀಲತೆಯಿಂದ ಕರ್ಮಗಳನ್ನು ಮಾಡಿದಾಗ ಅಂತಹ ಕ್ರಿಯೆಗಳು ದೈವೀಕ್ರಿಯೆಗಳೆನಿಸುತ್ತವೆ. ಶ್ರೀ ಕೃಷ್ಣನು ಅರ್ಜುನನಿಗೆ ದೈವದ ಸ್ಮರಣೆಯೊಂದಿಗೆ ನಿರಂತರವಾಗಿ ಯಾವನು ತನ್ನೆಲ್ಲ ಕರ್ಮಗಳನ್ನು ಸಮರ್ಪಣಾ ಭಾವದಿಂದ ಮಾಡುತ್ತಾನೋ ಅವನು ಅದೇ ದೈವದೊಂದಿಗೆ ಸಂಯೋಗಗೊಳ್ಳುತ್ತಾನೆ ಎಂದು ಬೋಧಿಸಿದನು.

ಇದೇ ರೀತಿಯಾಗಿ ವಿದ್ಯಾರ್ಥಿಗಳು ತಮ್ಮ ದಿನನಿತ್ಯದ ಆಟ, ಪಾಠ, ಸುಖ–ದುಃಖ ಹೀಗೆ ಪ್ರತಿಯೊಂದು ಕ್ರಿಯೆಗಳಲ್ಲಿಯೂ ದೈವತ್ವದ ಸ್ಮರಣೆ ಹೊಂದಿದರೆ ಅಂತಹ ವಿದ್ಯಾರ್ಥಿಗಳು ದೈವಿಕ ವಿದ್ಯಾರ್ಥಿಗಳೆನಿಸುತ್ತಾರೆ. ಅಂತಹ ವಿದ್ಯಾರ್ಥಿಗಳು ಸಮರ್ಥ ನಾಯಕರಾಗಿ ವಿಶ್ವವನ್ನು ಅತ್ಯುನ್ನತ ಮಟ್ಟಕ್ಕೆ ಕೊಂಡೊಯ್ಯುವಲ್ಲಿ ಪ್ರಮುಖ ಪಾತ್ರ ನಿರ್ವಹಿಸಲು ಸಮರ್ಥರಾಗುತ್ತಾರೆ ಎಂಬುದೇ ಈ ಅಧ್ಯಾಯದ ಅಂತರಾರ್ಥವಾಗಿದೆ.

❀ ❀ ❀

तस्मात्सर्वेषु कालेषु मामनुस्मर युध्य च।
मय्यर्पितमनोबुद्धिर्मामेवैष्यस्यसंशयम्॥८.७॥

ಹೇ ಅರ್ಜುನ! ಯುದ್ಧದ ಸಮಯದಲ್ಲಾಗಲಿ ಮತ್ತು
ಯಾವುದೇ ಕಾರ್ಯವನ್ನು ನಿರ್ವಹಿಸುವ ಸಮಯದಲ್ಲಾಗಲಿ ನೀನು
ನಿರಂತರವಾಗಿ ನಿನ್ನ ಮನಸ್ಸು ಮತ್ತು ಬುದ್ಧಿಯನ್ನು ನನ್ನಲ್ಲೇ ಸ್ಥಿರಗೊಳಿಸಿದಾಗ
ನೀನು ಸಂದೇಹವಿಲ್ಲದೆ ನನ್ನನ್ನೇ ಹೊಂದುವೆ. ॥8.7॥

अभ्यासयोगयुक्तेन चेतसा नान्यगामिना।
परमं पुरुषं दिव्यं याति पार्थानुचिन्तयन्॥८.८॥

ಹೇ ಪಾರ್ಥ! ನಿರಂತರ ಅಭ್ಯಾಸದ ಮೂಲಕ ಯಾರು ಸದಾ ತನ್ನ ಮನಸ್ಸನ್ನು ನನ್ನಲ್ಲೇ
ಸ್ಥಿರಗೊಳಿಸಿ, ಸಮರ್ಪಣಾ ಭಾವದಿಂದ ದೇವೋತ್ತಮ ಪರಮಪುರುಷನಾದ ನನ್ನಲ್ಲಿ
ಧ್ಯಾನಸ್ಥನಾಗುತ್ತಾನೋ, ಅಂತಹವನು ನಿಶ್ಚಯವಾಗಿಯೂ ನನ್ನನ್ನು ಹೊಂದುತ್ತಾನೆ. ॥8.8॥

अनन्यचेताः सततं यो मां स्मरति नित्यशः।
तस्याहं सुलभः पार्थ नित्ययुक्तस्य योगिनः॥८.१४॥

ಹೇ ಪಾರ್ಥ! ಯಾರು ಸದಾ ನನ್ನ ಚಿಂತನೆಯಲ್ಲಿ ಮಗ್ನನಾಗಿ ಸ್ವಲ್ಪವೂ
ವಿಚಲಿತನಾಗದೆ ನನ್ನ ಭಕ್ತಿಸೇವೆಯಲ್ಲಿ ಮನಸ್ಸನ್ನು ಸ್ಥಿರಗೊಳಿಸುವನೋ
ಅಂತಹ ಯೋಗಿಯು ಅನಾಯಾಸವಾಗಿ ನನ್ನನ್ನು ಸೇರುತ್ತಾನೆ. ॥8.14॥

❀ ❀ ❀

ಅಧ್ಯಾಯ 09 – ಪ್ರಾರ್ಥನಾ ಮಾರ್ಗ

ಪ್ರಾಮಾಣಿಕತೆ, ಪ್ರೀತಿ ಹಾಗೂ ಭಕ್ತಿ ಶ್ರದ್ಧೆಗಳಿಂದ ಕೂಡಿದ ಯಾವ ರೀತಿಯ ಪೂಜೆ ಯಾದರೂ ಅದು ಸಮರ್ಪಕವಾದುದು ಎಂದು ಪರಿಗಣಿತವಾಗುತ್ತದೆ ಎಂದು ಶ್ರೀ ಕೃಷ್ಣನು ತಿಳಿಸಿಕೊಡುತ್ತಾನೆ.

ಅಧ್ಯಾಯ – 09
ಪ್ರಾರ್ಥನಾ ಮಾರ್ಗ

ಭಗವಂತನನ್ನು ಪ್ರಾರ್ಥಿಸಲು ಅನೇಕ ವಿಧವಾದ ಸಂಪ್ರದಾಯ ಹಾಗೂ ಪದ್ಧತಿಗಳನ್ನು ಜನರು ಅನುಸರಿಸುವುದನ್ನು ನಾವು ಕಾಣುತ್ತೇವೆ. ಇವುಗಳಲ್ಲಿ ಯಾವ ವಿಧಾನವು ಯೋಗ್ಯ ಹಾಗೂ ಅತ್ಯುತ್ತಮವಾದುದು ಎಂಬ ಸಂದೇಹ ನಮ್ಮ ಮನಸ್ಸಿನಲ್ಲಿ ಹಲವಾರು ಬಾರಿ ಸಹಜವಾಗಿ ಮೂಡುತ್ತದೆ. ಈ ಸಂದೇಹಗಳಿಗೆ ಶ್ರೀ ಕೃಷ್ಣನು ಉತ್ತರಿಸುತ್ತ ಪ್ರಾಮಾಣಿಕತೆ, ಪ್ರೀತಿ ಹಾಗೂ ಭಕ್ತಿ ಶ್ರದ್ಧೆಗಳಿಂದ ಕೂಡಿದ ಯಾವ ರೀತಿಯ ಪೂಜೆಯಾದರೂ ಅದು ಸಮರ್ಪಕವಾದುದು ಎಂದು ಪರಿಗಣಿತವಾಗುತ್ತದೆ. ಅಲ್ಲದೇ ಶ್ರದ್ಧೆ ಭಕ್ತಿಗಳಿಂದ ಪರಿಶುದ್ಧವಾಗಿ ಅರ್ಪಿಸುವ ಒಂದು ಫಲ, ಪತ್ರ, ಪುಷ್ಪ ಅಥವಾ ಜಲವೂ ಕೂಡಾ ಪರಮಾತ್ಮನಿಗೆ ಅರ್ಪಿತವಾಗುತ್ತದೆ ಎಂದು ಸ್ಪಷ್ಟಪಡಿಸುತ್ತಾನೆ.

ಜನರು ಧಾರ್ಮಿಕ ಸ್ಥಳಗಳಲ್ಲಿ ಅತ್ಯಂತ ಪ್ರಶಾಂತ ಚಿತ್ತದಿಂದ ಪ್ರಾರ್ಥನೆ ಮಾಡುವುದನ್ನು ನಾವು ಕಾಣುತ್ತೇವೆ. ಆದರೆ ಹೊರ ಬರುತ್ತಲೆ ತಮ್ಮ ಪ್ರಶಾಂತ ಭಾವವನ್ನು ಕಳೆದುಕೊಂಡು ಇತರರ ಮೇಲೆ ಕೋಪಗೊಂಡು ರೇಗುವುದನ್ನು ಕಾಣುತ್ತೇವೆ. ಇದು ಬಹಳ ತಪ್ಪಾದ ಕಾರ್ಯವಾಗುತ್ತದೆ. ಅದಕ್ಕಾಗಿಯೇ ಶ್ರೀ ಕೃಷ್ಣನು ನಾವು ಮಾಡುವ ಎಲ್ಲ ಕರ್ಮಗಳನ್ನು ಭಗವಂತನ ಸ್ಮರಣೆಯೊಂದಿಗೆ ಸಮರ್ಪಣ ಭಾವದಿಂದ ನಿರ್ವಹಿಸಬೇಕೆಂದು ಉಪದೇಶಿಸುತ್ತಾನೆ.

ಈ ಮೇಲಿನ ರೀತಿಯಲ್ಲಿ ನಾವು ಕ್ರೋಧ ಹಾಗೂ ದುಃಖದಿಂದ ಬಿಡುಗಡೆ ಹೊಂದಿ ಪ್ರಶಾಂತ ಹಾಗೂ ಸಂತಸವನ್ನು ಹೊಂದಬಹುದು. ಒಂದುವೇಳೆ ನಾವು ಮಾಡುವ ಕರ್ಮಗಳನ್ನು ಪ್ರಾರ್ಥನೆಯೆಂದು ಸಮರ್ಪಿಸಿದಾಗ ನಾವು ಯಾವುದೇ ಭಾರ ಹಾಗೂ ನಷ್ಟವನ್ನು ಅನುಭವಿಸುವುದಿಲ್ಲ. ನಮ್ಮ ಸಂತಸದ ಕ್ಷಣಗಳಲ್ಲಿ ಅಥವಾ ಕೊಡುಗೆಗಳನ್ನು ನೀಡುವಾಗ ಅಥವಾ ಇತರರಿಗೆ ಸಹಾಯ ಮಾಡುವಾಗ ನಮ್ಮ ಎಲ್ಲ ಕ್ರಿಯೆಗಳಲ್ಲಿ ಸ್ವತಂತ್ರ ಮನೋಭಾವನೆಯನ್ನು ಅನುಭವಿಸಬಹುದಾಗಿದೆ. ನಾವು ಈ ರೀತಿಯಾಗಿದ್ದಾಗ ಒಳ್ಳೆಯ ಅಥವಾ ಕೆಟ್ಟ ಪರಿಸ್ಥಿತಿಯಲ್ಲಿಯೂ ಕೂಡಾ ನಾವು ನಿಶ್ಚಿಂತರಾಗಿ ನಮ್ಮ ಅಂತರಂಗದ ಕರೆಯಂತೆ ಸಾಗುತ್ತ ನಮ್ಮ ಆಂತರ್ಯದ ಶಕ್ತಿ ಹಾಗೂ ಗುರಿಯನ್ನು ತಲುಪಲು ಸಾಧ್ಯವಾಗುತ್ತದೆ.

❀ ❀ ❀

पत्रं पुष्पं फलं तोयं यो मे भक्त्या प्रयच्छति।
तदहं भक्त्युपहृतमश्नामि प्रयतात्मनः॥९.२६॥

ಯಾರು ಅಪಾರ ಭಕ್ತಿಯಿಂದ ಮತ್ತು ಸಮರ್ಪಣಾ ಭಾವದಿಂದ
ಕೇವಲ ಒಂದು ಎಲೆಯನ್ನಾಗಲಿ, ಒಂದು ಹೂವನ್ನಾಗಲಿ ಅಥವಾ
ನೀರನ್ನಾಗಲಿ ನನಗೆ ಸಮರ್ಪಿಸುತ್ತಾರೋ ಅದನ್ನು ನಾನು ಸಂಪೂರ್ಣವಾಗಿ
ಪ್ರೀತಿಯಿಂದ ಸ್ವೀಕರಿಸುತ್ತೇನೆ. ॥9.26॥

यत्करोषि यदश्नासि यज्जुहोषि ददासि यत्।
यत्तपस्यसि कौन्तेय तत्कुरुष्व मदर्पणम्॥९.२७॥

ನೀನು ಮಾಡುವ ಯಾವುದೇ ಕರ್ಮವನ್ನಾಗಲೀ, ತ್ಯಾಗವನ್ನಾಗಲೀ,
ಯಾವುದೇ ವ್ರತಾದಿ ತಪಸ್ಸನ್ನಾಗಲಿ, ದಾನವನ್ನು ಮತ್ತು ಯಜ್ಞದಲ್ಲಿ ಸಮರ್ಪಿಸುವ
ಆಹುತಿಯನ್ನಾಗಲಿ ನಿನ್ನ ಆತ್ಮದ ಪ್ರೇರಣೆಯಿಂದ ನನಗೆ ಅರ್ಪಿಸುತ್ತಾ
ನನ್ನ ಇಚ್ಛೆಯಂತೆಯೇ ಮಾಡು. ॥9.27॥

शुभाशुभफलैरेवं मोक्ष्यसे कर्मबन्धनैः।
संन्यासयोगयुक्तात्मा विमुक्तो मामुपैष्यसि॥९.२८॥

ನೀನು ಈ ರೀತಿ ಸಮರ್ಪಣಾಭಾವದಿಂದ ಫಲಾಪೇಕ್ಷೆಯಿಲ್ಲದೆ ನಿರ್ವಹಿಸುವ
ಎಲ್ಲ ಕರ್ಮಗಳ ಬಂಧನದಿಂದ ಬಿಡುಗಡೆ ಹೊಂದುವೆ ಮತ್ತು ಕೊನೆಯಲ್ಲಿ
ನನ್ನಲ್ಲಿ ಸೇರಿ ಒಂದಾಗುವೆ. ॥9.28॥

❀ ❀ ❀

ಅಧ್ಯಾಯ 10 – ಪ್ರಕೃತಿಯಲ್ಲಿ ಪರಮಾತ್ಮನ ದರ್ಶನ

ಘನತೆ, ವೈಭವ, ನಿರರ್ಗಳವಾದ ವಾಕ್, ಮೇಧಾ ಶಕ್ತಿ, ಸ್ಮೃತಿ, ಬುದ್ಧಿಶಕ್ತಿ ಮತ್ತು ಕ್ಷಮೆ ಎಲ್ಲವೂ ಪ್ರಕೃತಿಯ ದೈವೀಗುಣಗಳ ಸ್ವರೂಪಗಳಾಗಿವೆ.

ಅಧ್ಯಾಯ – 10
ಪ್ರಕೃತಿಯಲ್ಲಿ ಪರಮಾತ್ಮನ ದರ್ಶನ

ಶ್ರೀ ಕೃಷ್ಣನು ಈ ಅಧ್ಯಾಯದಲ್ಲಿ ಸರ್ವಶಕ್ತವಾದ ದೈವತ್ವವು ಬ್ರಹ್ಮಾಂಡದ ಸೃಷ್ಟಿಯ ಆರಂಭದಿಂದಲೂ ವಿಶ್ವದಲ್ಲಿ ಸ್ಥಿತವಾಗಿದೆ ಎಂಬ ಪರಮ ಸತ್ಯವನ್ನು ವ್ಯಕ್ತಿಯು ಅರಿತುಕೊಂಡಾಗ ಅವನು ಯಾವ ದುಷ್ಟ ಪ್ರವೃತ್ತಿಗಳಿಗೆ ಸಿಲುಕದೇ ಎಲ್ಲ ರೀತಿಯ ಭಯ ಹಾಗೂ ಗೊಂದಲಗಳಿಂದ ಮುಕ್ತನಾಗುತ್ತಾನೆ ಎಂದು ಉಪದೇಶಿಸುತ್ತಾನೆ. ಶ್ರೀ ಕೃಷ್ಣನ ಈ ಉಪದೇಶವನ್ನು ಕೇಳಿದ ಅರ್ಜುನನು ವಿಶ್ವದಲ್ಲಿ ಸ್ಥಿತವಾಗಿರುವ ದೈವತ್ವವನ್ನು ಹೇಗೆ ಗುರುತಿಸಬೇಕು ಹಾಗೂ ಪ್ರಪಂಚದ ಚರಾಚರಗಳಲ್ಲಿರುವ ದೈವೀ ಅಸ್ತಿತ್ವವನ್ನು ಹೇಗೆ ಅರಿತುಕೊಳ್ಳಬೇಕೆಂಬುದನ್ನು ತಿಳಿಸುವಂತೆ ಶ್ರೀ ಕೃಷ್ಣನಲ್ಲಿ ಬೇಡಿಕೊಂಡನು. ಅರ್ಜುನನ ಈ ಪ್ರಶ್ನೆಗೆ ಉತ್ತರ ನೀಡುತ್ತ ಶ್ರೀ ಕೃಷ್ಣನು ವಿಶ್ವದ ಅತ್ಯಂತ ಬೃಹತ್ತಾದ ಅಥವಾ ಅತೀ ಸಣ್ಣದಾದ ಜೀವಿಗಳಲ್ಲೂ ಸಹ ದೈವತ್ವವು ನೆಲೆಸಿದೆ. ಈ ದೈವತ್ವವೇ ಎಲ್ಲ ಜೀವಿಗಳ ಜನನ–ಮರಣಕ್ಕೂ ಮೂಲ ಕಾರಣವಾಗಿದೆ. ಅಲ್ಲದೇ ವಿಶ್ವದಲ್ಲಿ ದೈವತ್ವವು ಸ್ಥಿತವಾಗಿರುವುದನ್ನು ವ್ಯಕ್ತಿಗಳಲ್ಲಿ ವ್ಯಕ್ತವಾಗುವ ಬಾಹ್ಯಗುಣಗಳಿಂದಲೇ ಅರಿತುಕೊಳ್ಳಬಹುದೆಂಬುದನ್ನು ವಿವರಿಸಿದನು.

ಘನತೆ, ವೈಭವ, ನಿರರ್ಗಳವಾದ ವಾಕ್, ಮೇಧಾಶಕ್ತಿ, ಸ್ಮೃತಿ, ಬುದ್ಧಿಶಕ್ತಿ ಮತ್ತು ಕ್ಷಮೆ ಎಲ್ಲವೂ ಹೀಗೆ ಪ್ರಕೃತಿಯ ದೈವೀ ಗುಣಗಳ ಸ್ವರೂಪಗಳಾಗಿವೆ. ಅಂಥಃ ಗುಣಗಳನ್ನು ಆಡಳಿತಗಾರನ ಕೌಶಲ್ಯತೆಯಲ್ಲಿ, ವಿಜಯಶಾಲಿಯ ಸಾಮರ್ಥ್ಯದಲ್ಲಿ, ವಿಜೇತರ ತಂತ್ರಗಳಲ್ಲಿ ಮತ್ತು ಗುಹ್ಯ ರಹಸ್ಯದ ಮೌನದಲ್ಲಿ ಕಾಣಬಹುದು. ಭಗವಂತನ ಕುರಿತಾದ ಈ ದಿವ್ಯ ಜ್ಞಾನವು ಮಾನವನನ್ನು ಬುದ್ಧಿಶಾಲಿ ಹಾಗೂ ಕೀರ್ತಿಶಾಲಿಯನ್ನಾಗಿಸುತ್ತದೆ.

ವಿಶ್ವದಲ್ಲಿ ಗೋಚರವಾಗುವ ಭವ್ಯ ಪ್ರಕಾರದ ಶಾಂತಿ, ಮಹತ್ವ, ದಿವ್ಯ ಪ್ರತಿಭೆ, ಅಪ್ರತಿಮ ಸೌಂದರ್ಯ ಹೀಗೆ ವಿಶ್ವದ ಎಲ್ಲಾ ಚರಾಚರಗಳ ಮೂಲದಲ್ಲಿ ಇದೇ ದೈವತ್ವದ ಮಹತ್ವ ಅಡಗಿದೆ.

ದೈವತ್ವವು ವಿಶ್ವದೆಲ್ಲೆಡೆಯೂ ಸ್ಥಿತವಾಗಿದೆ ಹಾಗೂ ವಿಶ್ವವು ಭಗವಂತನ ಒಂದು ಅಂಶ ಎಂಬ ಪರಮ ಸತ್ಯವನ್ನು ಒಂದು ಬಾರಿ ಅರಿತುಕೊಂಡ ಮೇಲೆ ಭಗವಂತನ ಸರ್ವವ್ಯಾಪ್ತತೆ ಹಾಗೂ ಅವನ ಅವತಾರಗಳ ಕುರಿತಾಗಿ ಪ್ರತ್ಯೇಕವಾಗಿ ಅರಿಯಬೇಕಾದುದಿಲ್ಲವೆಂದು ಅರ್ಜುನನಿಗೆ ಭಗವಂತನು ಉಪದೇಶಿಸುತ್ತಾನೆ.

❀ ❀ ❀

यो मामजमनादिं च वेत्ति लोकमहेश्वरम्।
असम्मूढः स मर्त्येषु सर्वपापैः प्रमुच्यते॥१०.३॥

ನಾನು ಜನ್ಮರಹಿತನೂ, ಆದಿ ಅಂತ್ಯವಿಲ್ಲದವನು ಮತ್ತು
ನಾನು ಸಕಲ ಲೋಕದಲ್ಲಿನ ಎಲ್ಲಾ ಜೀವರಾಶಿಗಳ ಪ್ರಭು ಎಂದು ತಿಳಿದ
ಮನುಷ್ಯರು ಎಲ್ಲ ಪಾಪಗಳಿಂದ ಮುಕ್ತರಾಗುತ್ತಾರೆ. ॥10.3॥

अहमात्मा गुडाकेश सर्वभूताशयस्थितः।
अहमादिश्च मध्यं च भूतानामन्त एव च॥१०.२०॥

ಹೇ ಅರ್ಜುನ! ಎಲ್ಲ ಜೀವರಾಶಿಗಳ ಹೃದಯದಲ್ಲಿ ಅಂತರ್ಗತನಾಗಿರುವ
ಪರಮಾತ್ಮನು ನಾನೇ. ಒಂದು ಸಣ್ಣ ಜೀವಿಯಿಂದ ಅತಿದೊಡ್ಡ ಜೀವಿಗಳಲ್ಲಿಯೂ
ನಾನೇ ಆದಿ, ಮಧ್ಯ ಮತ್ತು ಅಂತ್ಯವಾಗಿದ್ದೇನೆ. ॥10.20॥

मृत्युः सर्वहरश्चाहमुद्भवश्च भविष्यताम्।
कीर्तिः श्रीर्वाक्च नारीणां स्मृतिर्मेधा धृतिः क्षमा॥१०.३४॥

ಸಮಸ್ತ ವಸ್ತುಗಳನ್ನು ನಾಶಪಡಿಸುವ ಮೃತ್ಯುವೂ ನಾನೇ, ಈಗ ಅಸ್ತಿತ್ವದಲ್ಲಿರುವ
ಮತ್ತು ಮುಂದೆ ಸೃಷ್ಟಿಯಾಗಲಿರುವ ಎಲ್ಲದರ ಉತ್ಪತ್ತಿ ತತ್ವವು ನಾನೇ. ಪ್ರಕೃತಿಯಿಂದ
ಉತ್ಪತ್ತಿಯಾಗುವ ಕೀರ್ತಿ, ಮೃದುವಾದ ಮಾತು, ಸ್ಮರಣ ಶಕ್ತಿ, ಮೇಧಾಶಕ್ತಿ ಮತ್ತು
ತಾಳ್ಮೆಯಂತಹ ಗುಣಗಳೂ ನಾನೇ. ॥10.34॥

दण्डो दमयतामस्मि नीतिरस्मि जिगीषताम्।
मौनं चैवास्मि गुह्यानां ज्ञानं ज्ञानवतामहम्॥१०.३८॥

ಆಡಳಿತಗಾರನ ಆಡಳಿತ ಶಕ್ತಿ ನಾನು, ವಿಜಯವನ್ನು ಬಯಸುವವರಲ್ಲಿ
ನೀತಿಯು ನಾನು, ರಹಸ್ಯ ವಿಷಯಗಳಲ್ಲಿ ಮೌನವು ನಾನು ಮತ್ತು
ಜ್ಞಾನಿಗಳಲ್ಲಿ ಜ್ಞಾನವು ನಾನೇ ಆಗಿದ್ದೇನೆ. ॥10.38॥

यद्यद्विभूतिमत्सत्त्वं श्रीमदूर्जितमेव वा।
तत्तदेवावगच्छ त्वं मम तेजोंऽशसंभवम्॥१०.४१॥

ಈ ಪ್ರಪಂಚದಲ್ಲಿನ ಉಜ್ವಲಿತವಾದ, ಸೌಂದರ್ಯ ಭರಿತವಾದ, ಸಿರಿತನವನ್ನು
ಮತ್ತು ಬಲವನ್ನು ಹೊಂದಿರುವ ಎಲ್ಲಾ ಸೃಷ್ಟಿಯೂ ನನ್ನ ದಿವ್ಯತತ್ತ್ವದ
ಒಂದು ಕಿಡಿಯಷ್ಟು ಅಂಶದಿಂದ ಹೊರಹೊಮ್ಮಿದೆ ಎಂದು ತಿಳಿ. ॥10.41॥

❀ ❀ ❀

ಅಧ್ಯಾಯ 11 – ಆದರ್ಶ ವಿದ್ಯಾರ್ಥಿ

ಆದರ್ಶ ವಿದ್ಯಾರ್ಥಿಗಳು ಆಸೆ ಹಾಗೂ ಮಾತ್ಸರ್ಯರಹಿತರಾಗಿ ತಮ್ಮ ಪಾಲಿನ ಕರ್ತವ್ಯಗಳನ್ನು ದೈವತ್ವದ ಕೈಯಲ್ಲಿನ ಉಪಕರಣಗಳಂತೆ ನಿರ್ವಹಿಸುತ್ತಾರೆ.

ಅಧ್ಯಾಯ – 11

ಆದರ್ಶ ವಿದ್ಯಾರ್ಥಿ

ವಿಶ್ವದ ಚರಾಚರಗಳಲ್ಲಿ ಸ್ಥಿತವಾಗಿರುವ ದೈವತ್ವವನ್ನು ಯಾವ ರೀತಿಯಲ್ಲಿ ಗುರುತಿಸಿ ಅನುಭವಕ್ಕೆ ತಂದುಕೊಳ್ಳಬೇಕೆಂಬ ಪರಮಸತ್ಯವನ್ನು ಶ್ರೀ ಕೃಷ್ಣನಿಂದ ಆಲಿಸಿದ ನಂತರವೂ ಅರ್ಜುನನ ಆಂತರಿಕ ಕುತೂಹಲ ತಣಿಯಲಿಲ್ಲ. ಆಗ ಅರ್ಜುನನು ಶ್ರೀ ಕೃಷ್ಣನಿಗೆ ವಿಶ್ವದಲ್ಲಿ ಸ್ಥಿತವಾಗಿರುವ ದೈವತ್ವದ ಸಾಕ್ಷಾತ್ ದರ್ಶನವನ್ನು ತನಗೆ ಮಾಡಿಸುವಂತೆ ಬೇಡಿಕೊಂಡನು.

ಸಾಮಾನ್ಯವಾಗಿ ಮಾನವನ ಬಾಹ್ಯ ಚಕ್ಷುಗಳಿಗೆ ತನ್ನ ಪರಿಮಿತಿಯಲ್ಲಿರುವ ವಸ್ತುಗಳನ್ನು ಮಾತ್ರ ದರ್ಶಿಸಲು ಸಾಧ್ಯವಾಗುತ್ತದೆ. ಪ್ರಜ್ವಲಿಸುವ ಸೂರ್ಯನನ್ನು ವಿಶೇಷ ಮಸೂರದ ಹೊರತಾಗಿ ಬರಿಕಣ್ಣಿನಿಂದ ದರ್ಶಿಸಲು ಸಾಧ್ಯವಾಗುವುದಿಲ್ಲ. ಅದರಂತೆ ವಿಶ್ವದೆಲ್ಲೆಡೆಯೂ ಸ್ಥಿತವಾಗಿರುವ ದೈವತ್ವವನ್ನು ಬಾಹ್ಯ ಚಕ್ಷುಗಳಿಂದ ವೀಕ್ಷಿಸಲು ಸಾಧ್ಯವಾಗುವುದಿಲ್ಲವೆಂದು ಶ್ರೀ ಕೃಷ್ಣನು ಅರ್ಜುನನಿಗೆ ತಿಳಿಸಿಕೊಡುತ್ತಾನೆ. ಆಗ ಅರ್ಜುನನು ಪರಮಾತ್ಮನಲ್ಲಿ ಶರಣಾಗತನಾಗಿ ಅಂಥ ವಿಶ್ವವ್ಯಾಪಿ ದೈವತ್ವವನ್ನು ವೀಕ್ಷಿಸಲು ಸಾಧ್ಯವಾಗುವಂತೆ ಕೃಪೆ ಮಾಡಬೇಕೆಂದು ಬೇಡಿಕೊಳ್ಳುತ್ತಾನೆ. ಆಗ ಶ್ರೀ ಕೃಷ್ಣನು ತನ್ನ ಅಂತರಂಗದ ನಿಜ ಭಕ್ತನು, ಪವಿತ್ರಾತ್ಮನು ಹಾಗೂ ಪ್ರೀಯಸಖನಾದ ಅರ್ಜುನನಿಗೆ ತನ್ನ ಭವ್ಯ ವಿಶ್ವರೂಪದ ದರ್ಶನವನ್ನು ಪಡೆಯಲು ವಿಶೇಷವಾದ ದಿವ್ಯ ಜ್ಞಾನ ದೃಷ್ಟಿಯನ್ನು ಪ್ರದಾನ ಮಾಡುತ್ತಾನೆ. ಇದರಿಂದಾಗಿ ಅರ್ಜುನನು ಭಗವಂತನ ಅದ್ಭುತವಾದ ಭವ್ಯ ದಿವ್ಯ ಅನನ್ಯ ವಿಶ್ವರೂಪ ದರ್ಶನವನ್ನು ಪಡೆದುಕೊಳ್ಳುತ್ತಾನೆ.

ಕೋಟಿಸೂರ್ಯ ಪ್ರಕಾಶದ ತೇಜ ಏಕೀಭವಿಸಿ ಪ್ರಜ್ವಲಿಸುತ್ತಿದ್ದಂತೆ ಗೋಚರವಾದ ಆ ದಿವ್ಯ ಭವ್ಯ ವಿಶ್ವರೂಪದ ಪ್ರತಿಭೆಯನ್ನು ಕಂಡ ಅರ್ಜುನನು ಸ್ವಭಾವತಃ ಶೂರ ಹಾಗೂ ಸಮರ್ಥ ಯೋಧನಾಗಿದ್ದರೂ ಸಹ ಅತ್ಯಾಶ್ಚರ್ಯದಿಂದ ರೋಮಾಂಚನಗೊಂಡನು. ವಿಶ್ವರೂಪದ ವ್ಯಾಪ್ತತೆ ಹಾಗೂ ಅದರ ಅಪರಿಮಿತ ಶಕ್ತಿ ಸಾಮರ್ಥ್ಯಗಳನ್ನು ವೀಕ್ಷಿಸಲಾಗದೇ ಭಯದಿಂದ ತಲ್ಲಣಗೊಂಡನು. ಭಯಂಕರವಾಗಿ ಪ್ರಜ್ವಲಿಸುತ್ತಿದ್ದ ಉಗ್ರ ಜ್ವಾಲೆಯು ಸಮಗ್ರ ವಿಶ್ವವನ್ನು ಆವರಿಸಿ ಸ್ವಾಹಾ ಮಾಡುತ್ತಿರುವ ದೃಶ್ಯವನ್ನು ಕಂಡು ಅರ್ಜುನನು ತನ್ನ ಆತ್ಮಸ್ಥೈರ್ಯವನ್ನು ಕಳೆದುಕೊಂಡನು.

ಆಗ ಅರ್ಜುನನು ರೋಮಾಂಚಿತನಾಗಿ ಭಯ ತಲ್ಲಣಗಳಿಂದ ಆ ದಿವ್ಯ ವಿಶ್ವರೂಪಕ್ಕೆ ಸಂಪೂರ್ಣ ಶರಣಾಗಿ ಶಿರಸಾಷ್ಟಾಂಗ ಪ್ರಣಾಮ ಮಾಡಿ ನಿಂತುಕೊಂಡನು. ಆಗ ವಿಶ್ವರೂಪಿ ಪರಮಾತ್ಮನು ಅರ್ಜುನನನ್ನು ಕುರಿತು "ನಾನೇ ಕಾಲನಾಗಿದ್ದೇನೆ, ಕಾಲಾಂತರದಲ್ಲಿ ಸಕಲ

ಜೀವಿಗಳ ಅಂತ್ಯದ ಕಾರಣನೂ ನಾನೇ ಆಗಿದ್ದೇನೆ ಅಲ್ಲದೇ ಅಧರ್ಮದ ಪರವಾಗಿ ನಿಂತ ಎಲ್ಲರನ್ನೂ ನಾನೇ ಸಂಹರಿಸುತ್ತೇನೆ" ಎಂದು ಸಿಡಿಲ ಧ್ವನಿಯಲ್ಲಿ ಗಂಭೀರವಾದ ಉದ್ಘೋಷಣೆ ಮಾಡಿದನು.

ನಂತರ ಅರ್ಜುನನು ಆ ದಿವ್ಯ ವಿಶ್ವರೂಪಕ್ಕೆ ಪ್ರಣಾಮಗಳನ್ನು ಅರ್ಪಿಸಿ ತನ್ನ ಮನಸ್ಸಿಗೆ ಹಿತಕರವಾದ ಮುನ್ನಿನ ಸೌಮ್ಯರೂಪವನ್ನು ಧರಿಸಲು ಭಗವಂತನನ್ನು ಪ್ರಾರ್ಥಿಸಿದನು. ಅರ್ಜುನನ ಪ್ರಾರ್ಥನೆಯಂತೆ ಪರಮಾತ್ಮನು ತನ್ನ ಮುನ್ನಿನ ಆನಂದದಾಯಕ ಹಾಗೂ ಪ್ರಶಾಂತಯುಕ್ತವಾದ ಚತುರ್ಭುಜ ರೂಪವನ್ನು ತಳೆದು ಕಂಗೊಳಿಸಿದನು. ಶ್ರೀ ಕೃಷ್ಣನು ಅರ್ಜುನನಿಗೆ ಎಲ್ಲ ಬಂಧನಗಳಿಂದ ಮುಕ್ತನಾಗಿ ಸಕಲ ಜೀವಿಗಳಿಗೆ ಮಿತ್ರನಾಗಿ ತನ್ನ ಕರ್ತವ್ಯಗಳನ್ನು ಪ್ರಾಮಾಣಿಕ, ಬದ್ಧತೆ ಹಾಗೂ ಸಮರ್ಪಣ ಮನೋಭಾವದಿಂದ ನಿರ್ವಹಿಸುತ್ತ ದೈವದೊಂದಿಗೆ ಸಂಯೋಗವಾಗುವಂತೆ ಉಪದೇಶಿಸಿದನು.

ಶ್ರೀ ಕೃಷ್ಣನು ಅರ್ಜುನನಿಗೆ ಅಂದು ನೀಡಿದ ಈ ದಿವ್ಯ ಉಪದೇಶವು ಇಂದಿಗೂ ಸಹ ವಿದ್ಯಾರ್ಥಿಗಳಿಗೆ ಪ್ರಸ್ತುತವಾಗಿದೆ. ಆದರ್ಶ ವಿದ್ಯಾರ್ಥಿಗಳು ಆಸೆ ಹಾಗೂ ಮಾತ್ಸರ್ಯ ರಹಿತರಾಗಿ ತಮ್ಮ ಪಾಲಿನ ಕರ್ತವ್ಯಗಳನ್ನು ದೈವತ್ವದ ಕೈಯಲ್ಲಿನ ಉಪಕರಣಗಳಂತೆ ನಿರ್ವಹಿಸುತ್ತಾರೆ. ವಿದ್ಯಾರ್ಥಿಗಳು ಆಸೆ ಮತ್ತು ದ್ವೇಷಭಾವನೆಯನ್ನು ತ್ಯಜಿಸಿ ತಮ್ಮ ಎಲ್ಲ ಕರ್ತವ್ಯಗಳನ್ನು ಭಗವಂತನ ಸೇವೆ ಎಂಬ ಭಾವನೆಯಿಂದ ನಿರ್ವಹಿಸಿ ಸಮರ್ಪಣೆ ಮಾಡುವುದನ್ನು ರೂಢಿಸಿಕೊಂಡಾಗ ಅಂಥವರು ಯಶಸ್ವಿಯಾಗಿ ಘನತೆ, ಗೌರವಗಳನ್ನು ಪಡೆದು ಧನ್ಯರಾಗುತ್ತಾರೆ ಹಾಗೂ ವಿಶ್ವಮಾನ್ಯರಾಗುತ್ತಾರೆ.

❀ ❀ ❀

दिवि सूर्यसहस्रस्य भवेद्युगपदुत्थिता।
यदि भाः सदृशी सा स्याद्भासस्तस्य महात्मनः॥११.१२॥

ಸಾವಿರಾರು ಸೂರ್ಯರು ಒಂದೇ ಬಾರಿಗೆ ಸೇರಿದಂತಹ ಕಾಂತಿಯಿಂದ
ಸಂಪೂರ್ಣ ಆಕಾಶವು ಪ್ರಕಾಶಮಾನವಾಗಿ ಬೆಳಗುತ್ತಿತ್ತು. ॥11.12॥

तत्रैकस्थं जगत्कृत्स्नं प्रविभक्तमनेकधा।
अपश्यद्देवदेवस्य शरीरे पाण्डवस्तदा॥११.१३॥

ಒಂದೇ ಕಡೆಯಲ್ಲಿ ವರ್ಣಿಸಲಾಗದಂತಹ ಸೌಂದರ್ಯ ಮತ್ತು
ಅತ್ಯಂತ ಶಕ್ತಿಶಾಲಿಯಾದ ಆ ವಿಶ್ವರೂಪವನ್ನು ಕಂಡು ಅರ್ಜುನನು ವಿಸ್ಮಯಗೊಂಡು,
ರೋಮಾಂಚನಗೊಂಡು ಹರುಷದಿಂದ ಶಿರ ಬಾಗಿ ನಮಸ್ಕರಿಸಿದನು. ॥11.13॥

नभःस्पृशं दीप्तमनेकवर्णं व्यात्ताननं दीप्तविशालनेत्रम्।
दृष्ट्वा हि त्वां प्रव्यथितान्तरात्मा धृतिं न विन्दामि शमं च विष्णो॥११.२४॥

ಹೇ ಪ್ರಭುವೇ! ಗಗನಸ್ಪರ್ಶಿಯಾದ ಹಲವಾರು ಪ್ರಕಾಶಮಾನವಾದ ವರ್ಣಗಳಿಂದ ತೆರೆದ
ಬಾಯಿಗಳು ಮತ್ತು ಕೆರಳಿದ ಕಣ್ಣುಗಳುಳ್ಳ ನಿನ್ನನ್ನು ನೋಡಿ ನನ್ನ ಮನಸ್ಸು ವಿಹ್ವಲಗೊಂಡಿದೆ.
ನಾನು ಧೈರ್ಯಗುಂದಿದ್ದೇನೆ, ನನ್ನ ಮನಸ್ಸಿನ ಸಮತೋಲತೆ ನಷ್ಟವಾಗಿದೆ.॥11.24॥

कालोऽस्मि लोकक्षयकृत्प्रवृद्धो लोकान्समाहर्तुमिह प्रवृत्तः।
ऋतेऽपि त्वां न भविष्यन्ति सर्वे येऽवस्थिताः प्रत्यनीकेषु योधाः॥११.३२॥

ಶ್ರೀ ಕೃಷ್ಣನು ಹೀಗೆ ನುಡಿದನು, "ಹೇ ಅರ್ಜುನ! ನಾನು ಎಲ್ಲ ಜನರನ್ನು
ನಾಶಗೊಳಿಸುವುದಕ್ಕಾಗಿ ಪ್ರಕಟನಾದ ಕಾಲಪುರುಷನು. ನೀನು ಯುದ್ಧ ಮಾಡದಿದ್ದರೂ
ಈ ಎಲ್ಲ ಯೋಧರ ಸಾವು ನಿಶ್ಚಿತ. ಇವರೆಲ್ಲರೂ ನನ್ನಿಂದ ಹತರಾಗುವರು. ॥11.32॥

मत्कर्मकृन्मत्परमो मद्भक्तः सङ्गवर्जितः।
निर्वैरः सर्वभूतेषु यः स मामेति पाण्डव॥११.५५॥

ಪ್ರೀಯ ಅರ್ಜುನ! ನಿನ್ನನ್ನು ನನಗೆ ಸಮರ್ಪಿಸುತ್ತ ನನ್ನ ಭಕ್ತನಾಗು ಮತ್ತು ನನ್ನ
ನಿಮಿತ್ತವಾಗಿ ನನಗಾಗಿ ಎಲ್ಲಾ ಕಾರ್ಯಗಳನ್ನು ನಿರ್ವಹಿಸು. ಯಾರೊಂದಿಗೂ ಶತ್ರು
ಭಾವವಿಲ್ಲದೆ ಯಾವುದೇ ಅಪೇಕ್ಷೆ ಇಲ್ಲದೆ ನೀನು ನನ್ನನ್ನೇ ಪಡೆಯುತ್ತೀಯೆ. ॥11.55॥

❀ ❀ ❀

ಅಧ್ಯಾಯ 12 – ಭಕ್ತನ 'ಭಕ್ತಿಯೋಗ'

ಆರಾಧಕನು ದೈವತ್ವವನ್ನು ಯಾವ ವಿಧಾನದಿಂದ ಆರಾಧಿಸುತ್ತಾನೆ ಎಂಬುದು ಮುಖ್ಯವಾದುದಲ್ಲ ಆದರೆ ಆರಾಧಕನು ಹೊಂದಿರುವ ಭಕ್ತಿ ಭಾವ ಹಾಗೂ ಶ್ರದ್ಧೆಯ ಆಳ ಬಹುಮುಖ್ಯವಾದದ್ದು.

ಅಧ್ಯಾಯ – 12
ಭಕ್ತನ 'ಭಕ್ತಿಯೋಗ'

ಭಗವಂತನ ವಿಶ್ವರೂಪದ ದಿವ್ಯದರ್ಶನ ಪಡೆದ ಅರ್ಜುನನ ಮನಸ್ಸು ಸಂಪ್ರೀತಿ ಹಾಗೂ ಕೃತಜ್ಞತಾ ಭಾವವನ್ನು ಹೊಂದಿ ಶ್ರೀ ಕೃಷ್ಣನನ್ನು ಕುರಿತು "ಭಗವಂತನ ಸಾಕಾರ ರೂಪವನ್ನು ಆರಾಧಿಸುವ ಅಥವಾ ನಿರಾಕಾರವಾದ ಅನಂತವನ್ನು ಆರಾಧಿಸುವ ಭಕ್ತರಲ್ಲಿ ಅತ್ಯಂತ ಶ್ರೇಷ್ಠರಾದ ಭಕ್ತರು ಯಾರು? ಎಂಬಂಥಹ ಬಹುಮುಖ್ಯವಾದ ಪ್ರಶ್ನೆಯನ್ನು ಕೇಳಿದನು. ಅದಕ್ಕೆ ಶ್ರೀ ಕೃಷ್ಣನು ಆರಾಧಕನು ದೈವತ್ವವನ್ನು ಯಾವ ವಿಧಾನದಿಂದ ಆರಾಧಿಸುತ್ತಾನೆ ಎಂಬುದು ಮುಖ್ಯವಾದುದಲ್ಲ, ಆದರೆ ಆರಾಧಕನು ಹೊಂದಿರುವ ಭಕ್ತಿಭಾವ ಹಾಗೂ ಶ್ರದ್ಧೆಯ ಆಳ ಬಹು ಮುಖ್ಯವಾಗುತ್ತದೆ ಎಂದು ತಿಳಿಯಪಡಿಸುತ್ತಾನೆ.

ಮುಂದುವರೆದು ಶ್ರೀ ಕೃಷ್ಣನು ಯಾವ ವ್ಯಕ್ತಿಯು ಮನಸ್ಸನ್ನು ಏಕಾಗ್ರವಾಗಿರಿಸಿಕೊಂಡು ನಿಸ್ಸಂಶಯನಾಗಿ ಆಂತರಿಕ ಶ್ರದ್ಧೆಯನ್ನು ಹೊಂದಿ ಸಂಪೂರ್ಣವಾಗಿ ಸಮರ್ಪಣ ಭಾವದಿಂದ ಭಗವಂತನಲ್ಲಿ ಶರಣಾಗತಿಯನ್ನು ಹೊಂದುತ್ತಾನೋ ಅಂಥವನೇ ನಿಜವಾದ ಭಕ್ತನೆನಿಸುತ್ತಾನೆ ಎಂದು ಅರ್ಜುನನಿಗೆ ಉಪದೇಶಿಸಿದನು.

ಒಂದು ವೇಳೆ ಮನಸ್ಸನ್ನು ನಿರಂತರವಾಗಿ ದೈವತ್ವದಲ್ಲಿ ಸ್ಥಿರಗೊಳಿಸಲು ಸಾಧ್ಯವಾಗದಿದ್ದಲ್ಲಿ ಮಾನವನು ತಮ್ಮ ಸ್ವಭಾವಕ್ಕನುಗುಣವಾಗಿ ಮೂರು ವಿಧಾನಗಳನ್ನು ಅನುಸರಿಸಲು ಶ್ರೀ ಕೃಷ್ಣನು ಉಪದೇಶಿಸುತ್ತಾನೆ.

1) ಯಾವ ವ್ಯಕ್ತಿಗೆ ದೈವತ್ವದಲ್ಲಿ ಮನಸ್ಸನ್ನು ಸಂಪೂರ್ಣವಾಗಿ ಸ್ಥಿರಗೊಳಿಸಲು ಸಾಧ್ಯವಾಗುವುದಿಲ್ಲವೋ ಅಂಥ ವ್ಯಕ್ತಿಯು ಯೋಗಾಭ್ಯಾಸದಿಂದ ಮನಸ್ಸನ್ನು ಸ್ಥಿರಗೊಳಿಸಿಕೊಳ್ಳಬೇಕು.

2) ಯಾವ ವ್ಯಕ್ತಿಗೆ ಯೋಗಾಭ್ಯಾಸದಿಂದ ಮನಸ್ಸನ್ನು ಸ್ಥಿರಗೊಳಿಸಲು ಸಾಧ್ಯವಾಗುವುದಿಲ್ಲವೋ ಅಂಥವನು ತಾನು ಮಾಡುವ ಎಲ್ಲ ಕರ್ಮಗಳನ್ನು ಅರ್ಪಣೆಯ ಭಾವದಿಂದ ಮಾಡಿ ಭಗವಂತನಿಗೆ ಸಮರ್ಪಣೆ ಮಾಡಬೇಕು. ಹೀಗೆ ಮಾಡುವುದರಿಂದ ಅವನು ಮಾಡುವ ಕಾರ್ಯವು ಪರಿಪೂರ್ಣಗೊಂಡು ದೋಷಮುಕ್ತವಾಗುತ್ತದೆ.

3) ನಿರಂತರವಾಗಿ ಭಗವಂತನ ನೆನಪಿನಲ್ಲಿ ಕರ್ಮಗಳನ್ನು ಮಾಡಲು ಸಾಧ್ಯವಾಗದಿದ್ದಲ್ಲಿ ಅಂಥವನು ಸ್ವಯಂ ನಿಯಂತ್ರಣ ಸಾಧಿಸಿಕೊಂಡು ಕರ್ಮ ಫಲಗಳನ್ನು ತ್ಯಾಗಮಾಡಬೇಕು.

ಶ್ರೀ ಕೃಷ್ಣನು ಅರ್ಜುನನಿಗೆ ನೀಡಿದ ಈ ಮೇಲಿನ ಮೂರು ವಿಧಾನಗಳು ನಮಗೂ ಕೂಡಾ ಅನ್ವಯಿಸುತ್ತವೆ. ವ್ಯಕ್ತಿಯು ತನ್ನ ಸ್ವಭಾವಕ್ಕನುಗುಣವಾಗಿ ತನಗೆ ವಿಹಿತವಾದುದನ್ನು ಆಯ್ಕೆ ಮಾಡಿಕೊಳ್ಳಬೇಕು.

ಜೀವನದಲ್ಲಿ ನಾವು ದೈವೀಗುಣ ಸಂಪನ್ನರಾಗಬೇಕೆಂದರೆ ನಮ್ಮ ಎಲ್ಲ ಕರ್ಮಗಳನ್ನು ಮಾಡುವಾಗ ನಮ್ಮ ಮನಸ್ಸನ್ನು ಜಾಗೃತವಾಗಿ ದೈವತ್ವದೆಡೆಗೆ ಕೇಂದ್ರೀಕರಿಸಿಕೊಳ್ಳಬೇಕು.

ನಮ್ಮ ಎಲ್ಲ ಕೆಲಸಕಾರ್ಯಗಳಲ್ಲಿ ಪರಿಪೂರ್ಣತೆಯನ್ನು ಸಾಧಿಸಬೇಕೆಂದರೆ ನಾವು ಮಾಡುವ ಎಲ್ಲ ಕೆಲಸಗಳನ್ನು ಭಗವಂತನಲ್ಲಿ ಸಮರ್ಪಣಾ ಮನೋಭಾವದಿಂದ ಮಾಡಬೇಕು ಮತ್ತು ನಾವು ಯಾವ ಬಂಧನಕ್ಕೂ ಒಳಗಾಗದೇ ಸ್ವತಂತ್ರರಾಗಿ ಹಾಗೂ ನಿರಂತರ ಹರ್ಷೋತ್ಸಾಹಗಳಿಂದ ಇರಬೇಕೆಂದರೆ ನಮ್ಮ ಎಲ್ಲ ಕಾರ್ಯಗಳ ಫಲವನ್ನು ಭಗವಂತನಲ್ಲಿ ಸಮರ್ಪಣೆ ಮಾಡಬೇಕು.

ಈ ಮೇಲಿನ ಮೂರೂ ವಿಧಾನಗಳಲ್ಲಿ ಯಾವುದಾದರೊಂದು ವಿಧಾನವನ್ನು ಅನುಸರಿಸಿದಾಗ ಅಂಥಃ ವ್ಯಕ್ತಿಯು ಜೀವನದಲ್ಲಿ ಪ್ರಶಾಂತಚಿತ್ತನಾಗುತ್ತಾನೆ ಅಲ್ಲದೇ ಅವನು ಯಾವಾಗಲೂ ಯಾರೊಂದಿಗೂ ವೈರತ್ವವನ್ನು ಹೊಂದುವುದಿಲ್ಲ. ಅಂಥವನು ಎಲ್ಲದರಲ್ಲಿಯೂ ವಿಶ್ವಪ್ರೇಮವನ್ನು ಹೊಂದಿ ಮಿತೃತ್ವವನ್ನು ಹೊಂದುತ್ತಾನೆ. ಅಂಥವನು ಎಂದಿಗೂ ಅಹಂಕಾರ ಭಾವವನ್ನು ಹಾಗೂ ಸ್ವಯಂಕರ್ತೃತ್ವ ಭಾವವನ್ನು ಹೊಂದಿರುವುದಿಲ್ಲ ಹಾಗೂ ಯಾರಿಗೂ ತೊಂದರೆ ನೀಡದೇ ಯಾರಿಂದಲೂ ತೊಂದರೆಗೊಳಗಾಗದೇ ಇರುವ ಸ್ಥಿತಿಯನ್ನು ಹೊಂದುತ್ತಾನೆ.

ತದನಂತರ ಕೃಷ್ಣನು ಯಾವ ಬಗೆಯ ಭಕ್ತನು ತನಗೆ ಪ್ರೀಯರೆಂಬುದನ್ನು ತಿಳಿಸುತ್ತಾನೆ. ಯಾರು ಭಗವಂತನ ಮೇಲೆ ತಮ್ಮ ಪ್ರೀತಿ ಹಾಗೂ ಭಕ್ತಿಯನ್ನೇ ಜೀವನದ ಗುರಿಯನ್ನಾಗಿ ಮಾಡಿಕೊಳ್ಳುತ್ತಾರೋ ಅಂಥವರೇ ತನಗೆ ಅತ್ಯಂತ ಪ್ರೀಯರಾದ ಭಕ್ತರು ಎಂದು ಶ್ರೀ ಕೃಷ್ಣನು ಅರ್ಜುನನಿಗೆ ಸ್ಪಷ್ಟಪಡಿಸುತ್ತಾನೆ.

ಭಗವಂತನಿಗೆ ಪ್ರೀಯರಾದ ಇಂತಹ ಭಕ್ತರು ಭಗವಂತನ ಉಪದೇಶಗಳನ್ನು ಅನುಸರಿಸುತ್ತಾ ಸಕಲ ಮಾನವ ಜ್ಯಾತಿಗೆ ಆದರ್ಶದ ಮಾದರಿಯಾಗಿ ಧನ್ಯತೆಯನ್ನು ಪಡೆಯುತ್ತಾರೆ.

❀ ❀ ❀

एवं सततयुक्ता ये भक्तास्त्वां पर्युपासते।
येचाप्यक्षरमव्यक्तं तेषां के योगवित्तमाः॥१२.१॥

ಅರ್ಜುನನು ಹೀಗೆ ಪ್ರಶ್ನಿಸಿದನು, "ನಿನ್ನನ್ನು ಸಾಕಾರರೂಪದಲ್ಲಿ ಭಕ್ತಿ ಸೇವೆಯಿಂದ ಉಪಾಸನೆ ಮಾಡುವ ಮತ್ತು ಅವ್ಯಕ್ತ ಅಕ್ಷರ ಬ್ರಹ್ಮನೆಂಬ ಪರಿಕಲ್ಪನೆಯಲ್ಲಿ ಉಪಾಸನೆ ಮಾಡುವ ಎರಡು ಬಗೆಯ ಭಕ್ತರಲ್ಲಿ ಉತ್ತಮರು ಯಾರು ?" ॥12.1॥

मय्यावेश्य मनो ये मां नित्ययुक्ता उपासते।
श्रद्धया परयोपेतास्ते मे युक्ततमा मताः॥१२.२॥

ಶ್ರೀ ಕೃಷ್ಣನು ಹೀಗೆ ನುಡಿದನು, "ನನ್ನ ಸಗುಣ ರೂಪದಲ್ಲಿ ಮನಸ್ಸಿಟ್ಟು ನಿಷ್ಠೆ ಮತ್ತು ಶ್ರದ್ಧೆಯಿಂದ ಎಡೆಬಿಡದೆ ನನ್ನ ಭಕ್ತಿ ಸೇವೆಯಲ್ಲಿ ನಿರತರಾದ ಉಪಾಸಕರು ನನ್ನ ಉತ್ತಮ ಭಕ್ತರು". ॥12.2॥

अथ चित्तं समाधातुं न शक्नोषि मयि स्थिरम्।
अभ्यासयोगेन ततो मामिच्छाप्तुं धनञ्जय॥१२.९॥

ಒಂದು ವೇಳೆ ನಿನ್ನ ಚಿತ್ತ ಶಕ್ತಿಯನ್ನು ನನ್ನಲ್ಲಿ ಸ್ಥಿರಗೊಳಿಸಲು ಸಾಧ್ಯವಾಗದಿದ್ದಲ್ಲಿ ಯೋಗಾಭ್ಯಾಸದ ಮೂಲಕ ನಿನ್ನ ಚಿತ್ತ ಶಕ್ತಿಯನ್ನು ನಿಯಂತ್ರಿಸಿ ನನ್ನನ್ನು ಹೊಂದುವ ಆಸಕ್ತಿಯನ್ನು ಬೆಳೆಸಿಕೊ. ॥12.9॥

अभ्यासेऽप्यसमर्थोऽसि मत्कर्मपरमो भव।
मदर्थमपि कर्माणि कुर्वन् सिद्धिमवाप्स्यसि॥१२.१०॥

ಯೋಗಾಭ್ಯಾಸವು ನಿನಗೆ ಸಾಧ್ಯವಾಗದಿದ್ದಲ್ಲಿ ನಿನ್ನ ಕರ್ಮಗಳನ್ನು ಭಗವದರ್ಪಣಾ ಭಾವದಿಂದ ಮಾಡಿ ನನಗೆ ಅರ್ಪಿಸು. ಇದರ ಪರಿಣಾಮವಾಗಿ ನೀನು ನನ್ನನ್ನು ಹೊಂದುವೆ. ॥12.10॥

अथैतदप्यशक्तोऽसि कर्तुं मद्योगमाश्रितः।
सर्वकर्मफलत्यागं ततः कुरु यतात्मवान्॥१२.११॥

ಒಂದು ವೇಳೆ ನೀನು ನಿರಂತರವಾಗಿ ನನ್ನನ್ನು ಸ್ಮರಿಸಲು
ಸಾಧ್ಯವಾಗದೇ ಹೋದರೆ ನೀನು ಮನಸ್ಸನ್ನು ನಿಗ್ರಹಿಸಿಕೊಂಡು
ನೀನು ಮಾಡುವ ಎಲ್ಲಾ ಕರ್ಮಗಳ ಫಲಗಳನ್ನು ನನಗೆ ಸಮರ್ಪಿಸು. ॥12.11॥

ये तु धर्म्यामृतमिदं यथोक्तं पर्युपासते।
श्रद्दधाना मत्परमा भक्तास्तेऽतीव मे प्रियाः॥१२.२०॥

ನನ್ನ ಭಕ್ತಿ ಸೇವೆಯಲ್ಲಿ ಸದಾ ಉಪಾಸನೆ ಮಾಡುತ್ತ
ನನ್ನನ್ನೇ ಜೀವನದ ಪರಮಗತಿಯನ್ನಾಗಿಸಿ ನನ್ನನ್ನೇ ಯಾರು ಪ್ರೀತಿಸುತ್ತಾನೋ
ಅವನೇ ನನ್ನ ಅತ್ಯಂತ ಪ್ರೀಯ ಭಕ್ತನು. ॥12.20॥

❀ ❀ ❀

ಅಧ್ಯಾಯ 13 – ದೈವೀ ಪ್ರಕೃತಿ

ಸೃಷ್ಟಿಕರ್ತನಂತೆ ಸೃಷ್ಟಿಯು ಸಹ ಅವಿನಾಶಿಯಾಗಿದೆ ಮತ್ತು ಎಲ್ಲ ಜೀವಿಗಳು ದೈವತ್ವದ ಪ್ರಕೃತಿಯ ಭಾಗಗಳಾಗಿದ್ದಾರೆ.

ಅಧ್ಯಾಯ – 13
ದೈವೀ ಪ್ರಕೃತಿ

ಕೆಲವೊಮ್ಮೆ ನಾವು ಆಟದ ಮೈದಾನದಲ್ಲಿ ಸಾಗುತ್ತಿರುವಾಗ ಆಟದ ಮೈದಾನದ ವಿವಿಧ ಭಾಗಗಳಲ್ಲಿ ಅನೇಕ ಮಕ್ಕಳು ಅನೇಕ ವಿಧವಾದ ಚೆಂಡಿನ ಆಟಗಳನ್ನು ಆಡುತ್ತಿರುವುದನ್ನು ಕಾಣುತ್ತೇವೆ. ಅಂಥಹ ಸಮಯದಲ್ಲಿ ಮಕ್ಕಳು ಆಟವಾಡುವ ಚೆಂಡು ಯಾವುದೇ ದಿಕ್ಕಿನಿಂದ ನಮ್ಮ ಕಡೆಗೆ ವೇಗದಿಂದ ಬಂದು ತಾಗುವ ಸಾಧ್ಯತೆ ಇರುತ್ತದೆ. ಆಗ ನಾವು ಸಂಪೂರ್ಣವಾಗಿ ಜಾಗೃತರಾಗಿದ್ದರೆ ಮಾತ್ರ ಆ ಚೆಂಡಿನ ಘಾತದಿಂದ ತಪ್ಪಿಸಿಕೊಳ್ಳಲು ಸಾಧ್ಯವಾಗುತ್ತದೆ. ಇಲ್ಲದಿದ್ದಲ್ಲಿ ಆ ಚೆಂಡಿನ ಏಟನ್ನು ಅನಿವಾರ್ಯವಾಗಿ ಅನುಭವಿಸಬೇಕಾಗುತ್ತದೆ. ಇದೇ ರೀತಿಯಾಗಿ ಜೀವನದಲ್ಲೂ ಕೂಡಾ ಅನೇಕ ಆಕಸ್ಮಿಕ ಅನಿರೀಕ್ಷಿತ ಘಟನೆಗಳು ಬರುತ್ತವೆ. ನಾವು ಜೀವನದಲ್ಲಿ ಸದಾ ಜಾಗರೂಕತೆಯಿಂದ ಇದ್ದರೆ ಅಂಥಹ ಆಘಾತಗಳಿಂದ, ಅಡೆ ತಡೆಗಳಿಂದ ತಪ್ಪಿಸಿಕೊಂಡು ಸುರಕ್ಷಿತರಾಗಿರಲು ಸಾಧ್ಯವಾಗುತ್ತದೆ. ಆದುದರಿಂದ ನಾವು ಯಾವಾಗಲೂ ಜಾಗರೂಕತೆಯಿಂದ ಇರಬೇಕು.

ಶ್ರೀ ಕೃಷ್ಣನು ಅರ್ಜುನನಿಗೆ ನಮ್ಮ ದೇಹವೂ ಕೂಡಾ ಒಂದು ಕ್ಷೇತ್ರ ಹಾಗೂ ಕ್ಷೇತ್ರದ ಕುರಿತಾದ ಜ್ಞಾನವನ್ನು ಪ್ರತಿಯೊಬ್ಬನು ಹೊಂದಿರಬೇಕು. ಕ್ಷೇತ್ರದ ಕ್ರಿಯಾವಿಧಾನದ ಸ್ವಭಾವವನ್ನು ಅರಿತವನು ಪರಮಜ್ಞಾನಿ ಎನಿಸಿಕೊಳ್ಳುತ್ತಾನೆ ಎಂಬುದನ್ನು ಭೋಧಿಸುತ್ತಾನೆ.

ಈ ನಮ್ಮ ದೇಹವೆಂಬ ಕ್ಷೇತ್ರವು ಜಲ, ಭೂಮಿ, ಅಗ್ನಿ, ವಾಯು ಮತ್ತು ಆಕಾಶವೆಂಬ ಪಂಚಭೂತಗಳಿಂದ ನಿರ್ಮಿತವಾಗಿದೆ. ಈ ಕ್ಷೇತ್ರವು ಐದು ಕರ್ಮೇಂದ್ರಿಯ, ಐದು ಜ್ಞಾನೇಂದ್ರಿಯ ಹಾಗೂ ಒಂದು ಮನಸ್ಸು ಹೀಗೆ ಹನ್ನೊಂದು ಇಂದ್ರಿಯಗಳ ಮೂಲಕ ಸೃಷ್ಟಿಯೊಂದಿಗೆ ನಿರಂತರವಾಗಿ ಸಂಪರ್ಕವನ್ನು ಹೊಂದಿರುತ್ತದೆ. ಆದುದರಿಂದ ಪ್ರತಿಯೊಬ್ಬ ಮಾನವನು ತಮ್ಮ ದೇಹವೆಂಬ ಕ್ಷೇತ್ರದ ಸ್ವರೂಪ ಹಾಗೂ ಮನಸ್ಸಿನ ಸಂಪೂರ್ಣ ಜ್ಞಾನವನ್ನು ಹೊಂದುವುದು ಅತ್ಯಾವಶ್ಯಕ ಕರ್ತವ್ಯವೆಂಬುದನ್ನು ಶ್ರೀ ಕೃಷ್ಣನು ಅರ್ಜುನನಿಗೆ ಉಪದೇಶಿಸಿದನು.

ದೈವೀ ಪ್ರಕೃತಿ:

ಶ್ರೀ ಕೃಷ್ಣನು ಅರ್ಜುನನಿಗೆ ಜಗತ್ತಿನ ಪುರುಷ ಮತ್ತು ಪ್ರಕೃತಿಯ ಸ್ವರೂಪದಲ್ಲಿಯ ವೈವಿಧ್ಯತೆಯನ್ನು ಅರಿತುಕೊಳ್ಳಲು ಉಪದೇಶಿಸಿದನು. ಭಗವದ್ಗೀತೆಯ ಅಭಿಪ್ರಾಯದಂತೆ ಪ್ರಕೃತಿಯ ಮೂಲ ರೂಪವು ಸೃಜನಶೀಲವಾಗಿದ್ದು ಅದರಿಂದಲೇ ಎಲ್ಲ ಗುಣ ಹಾಗೂ ದೋಷಗಳು ಉತ್ಪತ್ತಿಯಾಗುತ್ತವೆ ಎಂಬುದನ್ನು ತಿಳಿಯಪಡಿಸಿದನು.

ದಿವ್ಯ ಪ್ರಕೃತಿಯೂ ಸಹ ಪುರುಷನಂತೆ ಶಾಶ್ವತವಾದ ತತ್ವವಾಗಿದ್ದು ಈ ನಶ್ವರವಾದ ದೇಹದೊಳಗೆ ಅವಿನಾಶಿಯಾದ ಶಾಶ್ವತ ದೈವತ್ವವು ನೆಲೆಗೊಂಡಿದೆ. ಅಲ್ಲದೇ ಸೃಷ್ಟಿಕರ್ತನಂತೆ ಸೃಷ್ಟಿಯು ಸಹ ಅವಿನಾಶಿಯಾಗಿದೆ ಮತ್ತು ಎಲ್ಲ ಜೀವಿಗಳು ದೈವತ್ವದ ಪ್ರಕೃತಿಯ ಭಾಗಗಳಾಗಿದ್ದಾರೆ.

ಈ ಮೇಲಿನ ಪರಮ ಸತ್ಯವನ್ನು ಯಥಾರ್ಥವಾಗಿ ಅರ್ಥೈಸಿಕೊಂಡವನನ್ನು ಪರಮಜ್ಞಾನಿ ಎಂದು ಸಂಭೋದಿಸಲಾಗುತ್ತದೆ ಅಲ್ಲದೇ ಅಂಥಹ ಜ್ಞಾನಿಗಳಿಗೆ ಮಾತ್ರ 'ಬ್ರಹ್ಮಜ್ಞಾನ' ಹಾಗೂ 'ಸತ್ಯ ದರ್ಶನ' ಪ್ರಾಪ್ತವಾಗುತ್ತದೆ.

ಚಂಡಮಾರುತದ ಕೇಂದ್ರದಲ್ಲಿ ಗಾಳಿಯ ವೇಗವು ಹೇಗೆ ಶೂನ್ಯವಾಗಿರುತ್ತದೆಯೋ ಹಾಗೆಯೇ ಪ್ರಪಂಚದ ವಿವಿಧ ಶಕ್ತಿಗಳಿಂದ ಉಂಟಾಗುವ ಅಸಂಖ್ಯಾತ ಕೋಲಾಹಲ ಹಾಗೂ ದ್ವಂದ್ವಗಳ ಮಧ್ಯದಲ್ಲಿ ಮೌನವಾದ ಸರ್ವೋಚ್ಛ ಪ್ರಶಾಂತ ಜೀವಿಯೊಂದು ನೆಲೆಗೊಂಡಿರುತ್ತದೆ. ಅಂಥ ಜೀವಿಯು ಎಲ್ಲ ಸಂಸಾರಿಕ ಭಾವೋದ್ರೇಕಗಳಿಂದ ಮುಕ್ತನಾಗಿ ಸ್ಥಿತಪ್ರಜ್ಞ ಸ್ಥಿತಿಯನ್ನು ಹೊಂದಿ ಪ್ರಶಾಂತ ಹಾಗೂ ಪ್ರಸನ್ನ ಜೀವಿಯಾಗಿರುತ್ತಾನೆ ಎಂದು ಭಗವದ್ಗೀತೆಯು ಸಾರುತ್ತದೆ.

❀ ❀ ❀

इदं शरीरं कौन्तेय क्षेत्रमित्यभिधीयते।
एतद्यो वेत्ति तं प्राहुः क्षेत्रज्ञ इति तद्विदः॥१३.१॥

ಶ್ರೀ ಕೃಷ್ಣನು ಹೀಗೆ ನುಡಿದನು, "ಹೇ ಅರ್ಜುನ! ಮನುಷ್ಯನ ಶರೀರವು ಕ್ಷೇತ್ರಕ್ಕೆ ಸಮಾನ. ಈ ಕ್ಷೇತ್ರದ ಸ್ವರೂಪವನ್ನು, ಅದರ ಮೂಲಕ ನಡೆಯುವ ಕಾರ್ಯಗಳ ಸ್ವರೂಪವನ್ನು ತಿಳಿದವನೇ ಜ್ಞಾನಿ ಎನಿಸುತ್ತಾನೆ. ॥13.1॥

तत्क्षेत्रं यच्च यादृक् च यद्विकारि यतश्च यत्।
स च यो यत्प्रभावश्च तत्समासेन मे श्रृणु॥१३.३॥

ಈ ಕ್ಷೇತ್ರ, ಅದರ ಸ್ವರೂಪ , ಅದರ ವಿಕಾರಗಳು, ಅದರ ಕಾರ್ಯಗಳು ಮತ್ತು ಅದರ ಪ್ರಭಾವಗಳನ್ನೆಲ್ಲಾ ಸಂಪೂರ್ಣವಾಗಿ ತಿಳಿದವನನ್ನು ಕ್ಷೇತ್ರಜ್ಞ ಎನ್ನುವರು. ಇವೆಲ್ಲವನ್ನು ಸಂಕ್ಷಿಪ್ತವಾಗಿ ಹೇಳುತ್ತೇನೆ ಕೇಳು. ॥13.3॥

महाभूतान्यहङ्कारो बुद्धिरव्यक्तमेव च।
इन्द्रियाणि दशैकं च पञ्च चेन्द्रियगोचराः॥१३.५॥

ಈ ಕ್ಷೇತ್ರವು ಪಂಚ ಮಹಾಭೂತಗಳು, ಪಂಚ ಕರ್ಮೇಂದ್ರಿಯಗಳು,
ಪಂಚ ಜ್ಞಾನೇಂದ್ರಿಯಗಳು, ಅಹಂಕಾರ, ಮನಸ್ಸು, ಬುದ್ಧಿ ಮತ್ತು
ಭಗವಂತನ ಚಿತ್ತ ಶಕ್ತಿಯಿಂದ ಕೂಡಿದೆ. ॥13.5॥

प्रकृतिं पुरुषं चैव विद्ध्यनादी उभावपि।
विकारांश्च गुणांश्चैव विद्धि प्रकृतिसंभवान्॥१३.१९॥

ಪ್ರಕೃತಿ ಮತ್ತು ಪುರುಷ ಇವೆರಡೂ ಶಾಶ್ವತವಾದದ್ದು. ಕಾಮ, ಕ್ರೋಧ, ಲೋಭ, ಮೋಹ, ಮಾಯೆ, ಅಸೂಯೆ ಮತ್ತು ಅರಿಷಡ್ವರ್ಗಗಳು, ಮತ್ತು ತ್ರಿಗುಣಗಳಾದ ಸತ್ವ, ರಜಸ್ ಮತ್ತು ತಮಸ್ ಈ ಎಲ್ಲವೂ ಪ್ರಕೃತಿಯಿಂದಲೇ ಹುಟ್ಟಿವೆ. ॥13.19॥

समं सर्वेषु भूतेषु तिष्ठन्तं परमेश्वरम्।
विनश्यत्स्वविनश्यन्तं यः पश्यति स पश्यति॥१३.२७॥

ಈ ಅಶಾಶ್ವತ ಜಗತ್ತಿನಲ್ಲಿ ನೆಲೆಸಿದ ಪ್ರತಿಯೊಂದು ಜೀವಿಯಲ್ಲಿಯೂ ಆ ಭಗವಂತನ ಅಂಶವು ನೆಲೆಸಿದೆ ಎಂದು ತಿಳಿದು ಎಲ್ಲ ಜೀವರಾಶಿಗಳೊಡನೆ ಸಮತ್ವದ ಭಾವನೆಯ ಈ ದೃಷ್ಟಿಯಿಂದ ನೋಡುವವನೇ ನಿಜವಾದ ದೃಷ್ಟಿಯಿಂದ ನೋಡುವನು. ॥13.27॥

समं पश्यन्हि सर्वत्र समवस्थितमीश्वरम्।
न हिनस्त्यात्मनाऽऽत्मानं ततो याति परां गतिम्॥१३.२८॥

ಹೀಗೆ ಪ್ರತಿಯೊಂದು ಜೀವಿಯಲ್ಲಿಯೂ ಸ್ಥಿತನಾದ ಪರಮಾತ್ಮನನ್ನು ಎಲ್ಲೆಲ್ಲೂ ಕಾಣುವವನು ಮತ್ತು "ದೇಹ ನಷ್ಟವಾದರೂ ಆತ್ಮವು ನಷ್ಟವಾಗುವುದಿಲ್ಲ" ಎಂಬ ಸತ್ಯವನ್ನು ಎಂದಿಗೂ ಮರೆಯದವನು ಈ ಪ್ರಕೃತಿಯಿಂದ ಉತ್ಪತ್ತಿಯಾಗುವ ಯಾವುದೇ ವಿಕಾರಗಳಿಂದ ಬಂಧನದಲ್ಲಿ ಸಿಲುಕಿ ಭ್ರಷ್ಟನಾಗುವುದಿಲ್ಲ. ॥13.28॥

❀ ❀ ❀

ಅಧ್ಯಾಯ 14 – ಪ್ರಕೃತಿಯ ತ್ರಿಗುಣಗಳು

ನಾವು ನಮ್ಮ ಅಸ್ಥಿರ, ಚಂಚಲ ಹಾಗೂ ಆಲಸಿ ಪ್ರವೃತ್ತಿಯನ್ನು ನಿಯಂತ್ರಿಸಿ ಸಾತ್ವಿಕ ಗುಣವನ್ನು ಹೆಚ್ಚಿಸಿಕೊಳ್ಳಬೇಕು.

ಅಧ್ಯಾಯ – 14

ಪ್ರಕೃತಿಯ ತ್ರಿಗುಣಗಳು

ಈ ಅಧ್ಯಾಯದಲ್ಲಿ ಶ್ರೀ ಕೃಷ್ಣನು ಪ್ರಕೃತಿಯ ಸ್ವರೂಪವನ್ನು ಅರಿತುಕೊಳ್ಳಬೇಕಾದರೆ ಪ್ರಕೃತಿಯಲ್ಲಿ ಅಂತರ್ಗತವಾದ ತ್ರಿಗುಣಗಳ ಆಂತರ್ಯವನ್ನು ಅರಿಯುವುದು ಅತ್ಯಾವಶ್ಯಕವೆಂದು ಅರ್ಜುನನಿಗೆ ಬೋಧಿಸುತ್ತಾನೆ. ತ್ರಿಗುಣಗಳನ್ನು ರಾಜಸಿಕ (ಅಸ್ಥಿರ ಚಂಚಲ ಪ್ರವೃತ್ತಿ), ತಾಮಸಿಕ (ಆಲಸ್ಯ ಪ್ರವೃತ್ತಿ) ಹಾಗೂ ಸಾತ್ವಿಕ (ಶುದ್ಧ ಚಿತ್ತ ಪ್ರವೃತ್ತಿ) ಎಂದು ವಿಂಗಡಿಸಿ ಅವುಗಳ ಗುಣ ಸ್ವಭಾವಗಳನ್ನು ವಿಶ್ಲೇಷಿಸಿದ್ದಾನೆ.

ತ್ರಿಗುಣಗಳ ಲಕ್ಷಣಗಳು ಎಲ್ಲ ಮನುಷ್ಯರಲ್ಲಿಯೂ ಸ್ಥಿತವಾಗಿದ್ದು ಸಂದರ್ಭ ಹಾಗೂ ಸ್ವಭಾವಗಳಿಗನುಗುಣವಾಗಿ ಮನುಷ್ಯನಲ್ಲಿ ಈ ತ್ರಿಗುಣಗಳು ವಿಜೃಂಭಿಸುತ್ತವೆ. ರಾಜಸಿಕ ಗುಣವು ಪ್ರಬಲವಾದಲ್ಲಿ ವ್ಯಕ್ತಿಗೆ ಪ್ರೀತಿ ಹಾಗೂ ಅಪ್ರೀತಿಗಳ ಪರಿಕಲ್ಪನೆ ಬಲವಾಗುತ್ತವೆ ಅಲ್ಲದೇ ಇಂದ್ರಿಯಗಳ ತೃಪ್ತಿಯೂ ಪ್ರಧಾನವಾಗುವುದರಿಂದ ಬಯಕೆ ಅಪೇಕ್ಷೆಗಳು ಹೆಚ್ಚುತ್ತಾ ಹೋಗುತ್ತವೆ. ಇದರಿಂದ ಒಡೆತನವನ್ನು ಹೊಂದಬೇಕೆಂಬ ಬಯಕೆಯು ಬಲವಾಗುತ್ತವೆ. ಹೀಗಾಗಿ ಬಯಕೆಯ ಬಂಧನಗಳಿಂದಾಗಿ ದುರಾಸೆಯ ದಾಸನಾಗಿ ಸರ್ವ ದುಃಖಗಳ ಮೂಲಕ್ಕೆ ರಾಜಸಿಕ ಗುಣವು ಕಾರಣವಾಗುತ್ತದೆ.

ತಾಮಸಿಕ ಗುಣವು ಪ್ರಬಲವಾದಲ್ಲಿ ಮನುಷ್ಯನಲ್ಲಿ ಆಲಸ್ಯ, ಗಮನವಿಲ್ಲದಿರುವುದು ಹಾಗೂ ಜಡತನದಂತಹ ಲಕ್ಷಣಗಳು ಅಧಿಕವಾಗಿ ಕಂಡುಬರುತ್ತವೆ. ಅಂಥವನು ಅವಶ್ಯಕ ಕಾರ್ಯಗಳನ್ನು ತ್ಯಜಿಸಿ ಅಗತ್ಯಕ್ಕಿಂತ ಹೆಚ್ಚು ನಿರಾಸಕ್ತನಾಗಿ, ನಿರುತ್ಸಾಹಿಯಾಗಿ, ಅಜ್ಞಾನದ ಕತ್ತಲೆ ಅಂಧಕಾರದಲ್ಲಿ ಮುಳುಗುತ್ತಾನೆ. ಈ ಗುಣದ ಅಧಿಕ್ಯದಿಂದಾಗಿ ವ್ಯಕ್ತಿಯು ಅಧಪತನಕ್ಕೆ ಜಾರುತ್ತಾನೆ. ಸಾತ್ವಿಕ ಗುಣ ಸ್ವಭಾವದ ವ್ಯಕ್ತಿಯು ನಿರಂತರವಾಗಿ ಸಂತೋಷ ಹಾಗೂ ಶಾಂತ ಭಾವವನ್ನು ಪ್ರದರ್ಶಿಸುತ್ತ ಜ್ಞಾನಾಕಾಂಕ್ಷಿಗಳಾಗಿ ಸರ್ವರ ಹಿತ ಬಯಸುವವರಾಗಿತ್ತಾರೆ.

ನಾವು ಸೂಕ್ಷ್ಮವಾಗಿ ನಮ್ಮನ್ನು ನಾವೇ ಗಮನಿಸಿದಾಗ ಈ ಮೂರು ಗುಣಗಳ ಲಕ್ಷಣಗಳು ನಮ್ಮಲ್ಲಿ ಅಡಗಿರುವುದನ್ನು ನಾವು ಕಾಣಬಹುದು. ರಾಜಸಿಕ ಹಾಗೂ ತಾಮಸಿಕ ಗುಣಗಳು ನಮ್ಮಲ್ಲಿ ಪ್ರಬಲವಾಗಿ ಕಂಡುಬಂದಾಗ ನಾವು ಅವುಗಳನ್ನು ನಿಯಂತ್ರಿಸಿ ನಮ್ಮ ಅಸ್ಥಿರ, ಚಂಚಲ ಹಾಗೂ ಆಲಸಿ ಪ್ರವೃತ್ತಿಯನ್ನು ನಿಯಂತ್ರಿಸಿ ಸಾತ್ವಿಕ ಗುಣವನ್ನು ಹೆಚ್ಚಿಸಿಕೊಳ್ಳಬೇಕು.

ಮನುಷ್ಯನಲ್ಲಿ ಸಾತ್ವಿಕ ಗುಣವು ಬಲವಾದಾಗ ಅವನು ಪ್ರಗತಿಯ ಹಾದಿಯಲ್ಲಿ ಸಾಗಿ ಉನ್ನತ ಹಂತವನ್ನು ತಲುಪುತ್ತಾನೆ. ರಾಜಸಿಕ ಗುಣವು ಬಲವಾದಲ್ಲಿ ವ್ಯಕ್ತಿಯು ಮಧ್ಯಮ ಸಂಸಾರಿಕ ಬಂಧನದ ಸ್ಥಿತಿಯಲ್ಲಿ ಉಳಿಯುತ್ತಾನೆ ಆದರೆ ಅವನು ಪತನಗೊಳ್ಳುವುದಿಲ್ಲ.

ಆದರೆ ತಾಮಸಿಕ ಗುಣವು ಪ್ರಬಲವಾದಾಗ ವ್ಯಕ್ತಿಯು ಶೀಘ್ರವಾಗಿ ಪತನಗೊಳ್ಳುತ್ತಾನೆ ಎಂದು ಶ್ರೀ ಕೃಷ್ಣನು ತ್ರಿಗುಣಗಳ ಗುಣ ವಿಶೇಷಗಳನ್ನು ಅರ್ಜುನನಿಗೆ ಉಪದೇಶಿಸುತ್ತಾನೆ.

ತ್ರಿಗುಣಗಳ ವಿಶೇಷ ಲಕ್ಷಣಗಳನ್ನು ಅರಿತ ಅರ್ಜುನನು ಶ್ರೀ ಕೃಷ್ಣನನ್ನು ಕುರಿತು "ಹೇ ಪ್ರಭು, ಈ ತ್ರಿಗುಣಗಳನ್ನು ಮೀರಿದ ವ್ಯಕ್ತಿಯ ಲಕ್ಷಣಗಳು ಹೇಗೆ ಇರುತ್ತವೆ" ಎಂದು ಪ್ರಶ್ನಿಸಿದನು. ಶ್ರೀ ಕೃಷ್ಣನು ಅರ್ಜುನನ ಪ್ರಶ್ನೆಗೆ ಉತ್ತರಿಸುತ್ತಾ "ಯಾವ ವ್ಯಕ್ತಿಯು ಸ್ಥಿತಪ್ರಜ್ಞನಾಗಿ ಸುಖ-ದುಃಖಗಳಲ್ಲಿ ಸಮಭಾವವನ್ನು ಹೊಂದಿ ಪ್ರಶಾಂತನಾಗಿರುವನೋ ಹೊನ್ನು ಮಣ್ಣುಗಳಲ್ಲಿ ಸಮದೃಷ್ಟಿಯನ್ನು ಹೊಂದಿರುತ್ತಾನೋ, ಸ್ತುತಿ, ನಿಂದನೆಗಳು ಮತ್ತು ಶತ್ರು-ಮಿತ್ರರನ್ನು ಸಮಾನತೆಯ ಭಾವದಿಂದ ಕಾಣುತ್ತಾನೋ ಅಂತಹ ಲಕ್ಷಣಗಳನ್ನು ಹೊಂದಿದ ವ್ಯಕ್ತಿಯು ಎಲ್ಲ ತ್ರಿಗುಣಗಳನ್ನು ಮೀರಿದ 'ಬ್ರಹ್ಮಜ್ಞಾನಿ' ಎನಿಸುವನು" ಎಂದು ವಿವರಿಸಿದನು. ನಾವೆಲ್ಲರೂ ರಾಜಸಿಕ ಹಾಗೂ ತಾಮಸಿಕ ಗುಣಗಳಿಂದ ನಮ್ಮನ್ನು ನಿಯಂತ್ರಿಸಿಕೊಂಡು ಸಾತ್ವಿಕ ಗುಣಗಳನ್ನು ಬೆಳೆಸಿಕೊಂಡು ಆತ್ಮೋಧ್ಧಾರ ಮಾಡಿಕೊಳ್ಳಬೇಕೆಂದು ಶ್ರೀ ಕೃಷ್ಣನು ಭಗವದ್ಗೀತೆಯಲ್ಲಿ ಉಪದೇಶಿಸುತ್ತಾನೆ.

❀ ❀ ❀

सत्त्वं रजस्तम इति गुणाः प्रकृतिसंभवाः।
निबध्नन्ति महाबाहो देहे देहिनमव्ययम्॥१४.५॥

ತ್ರಿಗುಣಗಳಾದ ಸತ್ವ, ರಜಸ್ ಮತ್ತು ತಮಸ್ ಗುಣಗಳು ಪ್ರಕೃತಿಯಿಂದ ಉತ್ಪತ್ತಿಯಾಗಿವೆ.
ಅವಿನಾಶಿಯಾದ ಜೀವಾತ್ಮವು ಜಡವಸ್ತುವಾದ ಶರೀರದ ಸಂಪರ್ಕಕ್ಕೆ ಬಂದಾಗ
ಈ ಗುಣಗಳಿಂದ ಬಂಧಿತವಾಗುತ್ತದೆ ಮತ್ತು ಈ ತ್ರಿಗುಣಗಳು ಮನುಷ್ಯನ ದೇಹ,
ಮನಸ್ಸು ಮತ್ತು ಬುದ್ಧಿಯನ್ನು ಕೂಡ ನಿಯಂತ್ರಿಸುತ್ತವೆ. ॥14.5॥

तत्र सत्त्वं निर्मलत्वात्प्रकाशकमनामयम्।
सुखसङ्गेन बध्नाति ज्ञानसङ्गेन चानघ॥१४.६॥

ಸತ್ವಗುಣವು ನಿರ್ಮಲ ಮತ್ತು ಶುದ್ಧವಾದದ್ದು ಮತ್ತು
ಇದರಿಂದ ಯಾವುದೇ ವಿಕಾರಗಳು ಉತ್ಪತ್ತಿಯಾಗುವುದಿಲ್ಲ. ಇದು ಆನಂದ
ಮತ್ತು ಜ್ಞಾನದ ಸ್ಥಿತಿಯ ಮೂಲಕ ವ್ಯಕ್ತವಾಗುತ್ತದೆ. ॥14.6॥

रजो रागात्मकं विद्धि तृष्णासङ्गसमुद्भवम्।
तन्निबध्नाति कौन्तेय कर्मसङ्गेन देहिनम्॥१४.७॥

ರಜೋಗುಣದಿಂದ ಮಿತಿಯಿಲ್ಲದ ಆಸೆ ಆಕಾಂಕ್ಷೆಗಳು ಉತ್ಪನ್ನವಾಗುತ್ತವೆ.
ಈ ಆಸೆ ಆಕಾಂಕ್ಷೆಗಳನ್ನು ಪೂರೈಸಲು ಮಾಡುವ ಕರ್ಮ ಮತ್ತು
ಕರ್ಮದ ಫಲಗಳಿಗೆ ಮನುಷ್ಯನು ಬಂಧಿತನಾಗುತ್ತಾನೆ. ॥14.7॥

तमस्त्वज्ञानजं विद्धि मोहनं सर्वदेहिनाम्।
प्रमादालस्यनिद्राभिस्तन्निबध्नाति भारत॥१४.८॥

ತಮೋಗುಣವು ಅಜ್ಞಾನದಿಂದ ಉಂಟಾಗಿದೆ. ಅದು ಎಲ್ಲ ದೇಹಿಗಳನ್ನು
ನಿದ್ರೆ, ಆಲಸ್ಯ ಮತ್ತು ನಿಷ್ಕ್ರಿಯೆಗಳಿಂದ ಬಂಧಿಸುತ್ತದೆ. ॥14.8॥

कैर्लिंगैस्त्रीन्गुणानेतानतीतो भवति प्रभो।
किमाचारः कथं चैतांस्त्रीन्गुणानतिवर्तते॥१४.२१॥

ಅರ್ಜುನನು ಹೀಗೆ ಪ್ರಶ್ನಿಸಿದನು, "ಹೇ ಸ್ವಾಮಿ! ಈ ಮೂರು ಗುಣಗಳನ್ನು
ಮೀರಿದವನನ್ನು ಯಾವ ಲಕ್ಷಣಗಳಿಂದ ಗುರುತಿಸಬಹುದು?
ಅವನು ಹೇಗೆ ಗುಣಗಳನ್ನು ಮೀರುತ್ತಾನೆ?" ॥14.21॥

प्रकाशं च प्रवृत्तिं च मोहमेव च पाण्डव।
न द्वेष्टि सम्प्रवृत्तानि न निवृत्तानि काङ्क्षति॥१४.२२॥

ಶ್ರೀ ಕೃಷ್ಣನು ಹೀಗೆ ನುಡಿದನು, "ತ್ರಿಗುಣಗಳನ್ನು ಮೀರಿದ ವ್ಯಕ್ತಿಯು
ಈ ಗುಣಗಳು ಉತ್ಪತ್ತಿಯಾದಾಗ ಅವುಗಳನ್ನು ದ್ವೇಷಿಸುವುದಿಲ್ಲ,
ಅವುಗಳು ಇಲ್ಲದಿದ್ದಾಗ ಅವುಗಳನ್ನು ಇಚ್ಛಿಸುವುದೂ ಇಲ್ಲ". ॥14.22॥

समदुःखसुखः स्वस्थः समलोष्टाश्मकाञ्चनः।
तुल्यप्रियाप्रियो धीरस्तुल्यनिन्दात्मसंस्तुतिः॥१४.२४॥

ಅವನು ಸುಖ ಬಂದಾಗ ಹಿಗ್ಗದೆ ಮತ್ತು ದುಃಖ ಬಂದಾಗ ಕುಗ್ಗದೆ
ಸಮಚಿತ್ತನಾಗಿ ಇರುತ್ತಾನೆ. ಮಣ್ಣಿನ ಹೆಂಟೆ, ಕಲ್ಲು, ಬಂಗಾರಗಳನ್ನು, ಪ್ರೀಯ-ಅಪ್ರೀಯ
ಹೊಗಳಿಕೆ-ತೆಗಳಿಕೆಯನ್ನು ಸಮಭಾವದಿಂದ ಸ್ವೀಕರಿಸುತ್ತಾನೆ. ॥14.24॥

मानापमानयोस्तुल्यस्तुल्यो मित्रारिपक्षयोः।
सर्वारम्भपरित्यागी गुणातीतः स उच्यते॥१४.२५॥

ಮಾನ ಅಪಮಾನಗಳನ್ನು ಯಾರು ಲೆಕ್ಕಿಸುವುದಿಲ್ಲವೋ,
ಶತ್ರು ಮಿತ್ರರೊಡನೆ ಸಮಾನವಾಗಿ ವ್ಯವಹರಿಸುತ್ತಾನೋ, ಎಲ್ಲ ಕರ್ಮಗಳೂ
ಅಭಿಮಾನವಿಲ್ಲದೆ ಮತ್ತು ಫಲಾಪೇಕ್ಷೆಯಿಲ್ಲದೆ ನಿರ್ವಹಿಸುವನೋ
ಅವನನ್ನು ತ್ರಿಗುಣಗಳಿಂದ ಮುಕ್ತನಾದವನು ಎಂದು ತಿಳಿ" ॥14.25॥

❀ ❀ ❀

ಅಧ್ಯಾಯ 15 – ದೈವಿಕ ಸೃಷ್ಟಿಯ ಉದ್ದೇಶ

ವಿಶ್ವದ ಸೃಷ್ಟಿಯು ಆಕಸ್ಮಿಕವಾಗಿ ಅಥವಾ ಯಾವುದೇ ಕಾರಣವಿಲ್ಲದೆ ಉತ್ಪತ್ತಿಯಾದುದಲ್ಲ. ವಿಶ್ವದ ಸಕಲ ವ್ಯಾಪಾರಗಳ ವ್ಯವಸ್ಥೆ ಹಾಗೂ ಅವ್ಯವಸ್ಥೆಗಳ ನಡುವೆ ಒಂದು ದೈವೀ ಅನುಶಾಸನವು ಸ್ಪಷ್ಟವಾಗಿ ಗೋಚರಿಸುತ್ತದೆ.

ಅಧ್ಯಾಯ – 15
ದೈವಿಕ ಸೃಷ್ಟಿಯ ಉದ್ದೇಶ

ಪ್ರಸ್ತುತ ಈ ಅಧ್ಯಾಯದಲ್ಲಿ ಶ್ರೀ ಕೃಷ್ಣನು ಅರ್ಜುನನಿಗೆ ವಿಶ್ವದ ಸೃಷ್ಟಿಯ ಮೂಲದ ಭಾವವನ್ನು ತಿಳಿಸುತ್ತ ವಿಶ್ವದ ಸೃಷ್ಟಿಯು ಆಕಸ್ಮಿಕವಾಗಿ ಅಥವಾ ಯಾವುದೇ ಕಾರಣವಿಲ್ಲದೇ ಉತ್ಪತ್ತಿಯಾದುದಲ್ಲ ಬದಲಾಗಿ ದೈವತ್ವದ ಮೂಲ ಅಂಶದಿಂದಲೇ ಸೃಷ್ಟಿಯಾಗಿದೆ ಎಂಬ ಪರಮತತ್ವವನ್ನು ವಿವರಿಸುತ್ತಾನೆ. ವಿಶ್ವದ ಸಕಲ ವ್ಯಾಪಾರಗಳ ವ್ಯವಸ್ಥೆ ಹಾಗೂ ಅವ್ಯವಸ್ಥೆಗಳ ನಡುವೆ ಒಂದು ದೈವೀ ಅನುಶಾಸನವು ಸ್ಪಷ್ಟವಾಗಿ ಗೋಚರಿಸುತ್ತದೆ. ಪ್ರತಿಯೊಂದು ಬಗೆಯ ಜೀವಿಗಳು ಆ ದೈವತ್ವದ ಹಿನ್ನೆಲೆಯಿಂದಲೇ ಜನ್ಮ ತಳೆದಿವೆ ಹಾಗೂ ಸರ್ವ ಚೇತನಗಳ ಅಂತರ್ಯಾಮಿಯಾದ ಆತ್ಮವು ಭಗವಂತನ ಅತಿ ಸೂಕ್ಷ್ಮವಾದ ಒಂದು ಅಂಶವಾಗಿದೆ ಎಂಬುದನ್ನು ನಾವೆಲ್ಲರೂ ಗ್ರಹಿಸಬೇಕೆಂದು ಶ್ರೀ ಕೃಷ್ಣನು ಸಾರುತ್ತಾನೆ. ಪರಿಪೂರ್ಣವಾದ ಬ್ರಹ್ಮಾಂಡ, ಅದರಲ್ಲಿ ಅಂತರ್ಗತವಾದ ತಾರಾಬಳಗ, ಗೃಹರಾಶಿಕೂಟ, ಉಪಗ್ರಹ ಹಾಗೂ ಅಸಂಖ್ಯಾತ ನಕ್ಷತ್ರಪುಂಜ ಇತ್ಯಾದಿಯಾಗಿ ಎಲ್ಲವೂ ಸ್ವಯಂ ಪ್ರಕಾಶಮಾನವಾಗಿ ಬೆಳಗುತ್ತಿವೆ ಎಂದು ನಮಗೆ ಮೇಲ್ನೋಟಕ್ಕೆ ಗೋಚರಿಸುತ್ತವೆ. ಆದರೆ ಅವುಗಳ ಪ್ರಕಾಶದ ಆಂತರ್ಯದ ಮೂಲಶಕ್ತಿ ಆ ಪರಮಾತ್ಮನದೇ ಆಗಿರುತ್ತದೆ. ಅಗ್ನಿಯ ತೇಜದಿಂದ ಮೊದಲಗೊಂಡು ವ್ಯಕ್ತಿಯಲ್ಲಿಯ ಪಚನಕ್ರಿಯೆಯಲ್ಲಿ ಅಂತರ್ಗತವಾದ ಜಠರಾಗ್ನಿಯ ತೇಜದಂತೆ ಹೀಗೆ ಸಕಲ ಜೀವರಾಶಿಗಳಲ್ಲಿ ಕಾಣುವ ಚೈತನ್ಯ ಶಕ್ತಿಯಲ್ಲಿ ಆ ಪರಮಾತ್ಮನ ಸಂಪೂರ್ಣ ದೈವತ್ವವು ಅಡಕವಾಗಿದೆ ಎಂಬುದನ್ನು ಅರಿತುಕೊಳ್ಳಬೇಕು.

ವಿಶ್ವದಲ್ಲಿ ಸ್ಥಿತವಾಗಿರುವ ಎಲ್ಲವನ್ನು 'ಕ್ಷರ' ಮತ್ತು 'ಅಕ್ಷರ'ವೆಂದು ಎರಡು ರೀತಿಯಲ್ಲಿ ವಿಂಗಡಿಸಲಾಗಿದೆ. 'ಕ್ಷರ'ವೆಂದರೆ ಅಶಾಶ್ವತವಾದುದು ಹಾಗೂ 'ಅಕ್ಷರ'ವೆಂದರೆ ಶಾಶ್ವತವಾದುದು ಎಂದು ಅರ್ಥಯಿಸಲಾಗಿದೆ. ಪರಮಾತ್ಮನ ಅಥವಾ ದೈವತ್ವದ ಅಸ್ತಿತ್ವವು ಮಾತ್ರ 'ಅಕ್ಷರ'ವಾಗಿದ್ದು ಉಳಿದಂತೆ ಸಕಲ ಚರಾಚರಗಳು 'ಕ್ಷರ'ವಾಗಿವೆ. ಈ ದೈವತ್ವವು ಅವಿನಾಶಿಯಾದ ಅನಂತ ಹಾಗೂ ಶಾಶ್ವತ ತತ್ವವಾಗಿದೆ. ಆದ್ದರಿಂದಲೇ ಜ್ಞಾನಿಗಳು ವೇದಗಳಲ್ಲಿ ಈ ತತ್ವವನ್ನು "ಪರಮಾತ್ಮ"ನೆಂದು ಸಂಭೋದಿಸಿ ವರ್ಣಿಸಿದ್ದಾರೆ.

ಸೃಷ್ಟಿಯ ಸಕಲ ಚರಾಚರಗಳ ಶಕ್ತಿ ಹಾಗೂ ಚೈತನ್ಯಗಳ ಮೂಲವು ಪರಮಾತ್ಮನೇ ಆಗಿದ್ದಾನೆ ಎಂಬ ಪರಮ ತತ್ವವನ್ನು ಈ ಅಧ್ಯಾಯದಲ್ಲಿ ಉಪದೇಶಿಸಲಾಗಿದೆ. ಈ ತತ್ವವನ್ನು ಮಾನವನು ಅರಿತುಕೊಂಡಾಗ ವಿಶ್ವದ ಸಕಲ ಚರಾಚರಗಳಲ್ಲಿ ಅಂತರ್ಗತವಾದ ಪರಮಾತ್ಮನ ಅಸ್ತಿತ್ವವನ್ನು ಅರಿತುಕೊಳ್ಳಲು ಸಮರ್ಥನಾಗುತ್ತಾನೆ.

❀ ❀ ❀

ममैवांशो जीवलोके जीवभूतः सनातनः।
मनःषष्ठानीन्द्रियाणि प्रकृतिस्थानि कर्षति॥१५.७॥

ಶ್ರೀ ಕೃಷ್ಣನು ಹೇಳಿದನು, “ಎಲ್ಲ ಜೀವರಾಶಿಗಳು ನನ್ನಿಂದಲೇ ಉತ್ಪತ್ತಿಯಾಗಿವೆ
ಹಾಗಾಗಿ ಅವರೆಲ್ಲರ ಒಳಗೆ ನೆಲೆಸಿದ ಜೀವಾತ್ಮವು ನನ್ನ ಚಿತ್ತ ಶಕ್ತಿಯ ಅಂಶವಾಗಿದೆ.
ಪ್ರಕೃತಿಯಲ್ಲೂ ನಾನು ಉಪಸ್ಥಿತನಾದುದರಿಂದ ಆ ಜೀವಾತ್ಮಗಳ ಮನಸ್ಸು ಮತ್ತು
ಪಂಚೇಂದ್ರಿಯಗಳ ಸಂಚಲನೆಯೂ ನನ್ನಿಂದಲೇ ಸಂಭವಿಸುತ್ತದೆ” ॥15.7॥

यदादित्यगतं तेजो जगद्भासयतेऽखिलम्।
यच्चन्द्रमसि यच्चाग्नौ तत्तेजो विद्धि मामकम्॥१५.१२॥

ಸಂಪೂರ್ಣ ವಿಶ್ವದ ಕತ್ತಲೆಯನ್ನು ಹೋಗಲಾಡಿಸುವ ಸೂರ್ಯನ ತೇಜಸ್ಸು,
ಚಂದ್ರ ಮತ್ತು ನಕ್ಷತ್ರಗಳ ಪ್ರಕಾಶ ಮತ್ತು ಅಗ್ನಿಯ ತೇಜಸ್ಸು ಕೂಡ
ನನ್ನ ಅಧೀನದಲ್ಲಿರುವ ಶಕ್ತಿಗಳೇ ಆಗಿವೆ. ॥15.12॥

अहं वैश्वानरो भूत्वा प्राणिनां देहमाश्रितः।
प्राणापानसमायुक्तः पचाम्यन्नं चतुर्विधम्॥१५.१४॥

ಎಲ್ಲ ಜೀವರಾಶಿಗಳ ದೇಹಗಳಲ್ಲಿ ನಾನು “ವೈಶ್ವಾನರ” ಎಂಬ ಜಠರಾಗ್ನಿಯಾಗಿದ್ದು,
ಪ್ರಾಣ ಮತ್ತು ಅಪಾನವಾಯುಗಳ ಸಂಯೋಗದಿಂದ ನಾಲ್ಕೂ ಬಗೆಯ ಆಹಾರವನ್ನು
ಜೀರ್ಣಗೊಳಿಸಿ ಜೀವರಾಶಿಗಳಿಗೆ ಪೋಷಣೆ ನೀಡುತ್ತೇನೆ. ॥15.14॥

द्वाविमौ पुरुषौ लोके क्षरश्चाक्षर एव च।
क्षरः सर्वाणि भूतानि कूटस्थोऽक्षर उच्यते॥१५.१६॥

ಈ ವಿಶ್ವದಲ್ಲಿ “ಕ್ಷರ” ಮತ್ತು “ಅಕ್ಷರ” ಎಂಬ ಎರಡು ವರ್ಗಗಳಿವೆ.
ಈ ಐಹಿಕ ಜಗತ್ತಿನಲ್ಲಿರುವ ಶರೀರ ಧಾರಿಗಳಾದ ಎಲ್ಲ ಬದ್ಧಜೀವಿಗಳನ್ನು “ಕ್ಷರ”ರೆಂದು
ಮತ್ತು ಆ ದೇಹಗಳಲ್ಲಿ ಇರುವ ಜೀವಾತ್ಮರು “ಅಕ್ಷರ” ಎಂದು ತಿಳಿ. ॥15.16॥

यस्मात्क्षरमतीतोऽहमक्षरादपि चोत्तमः।
अतोऽस्मि लोके वेदे च प्रथितः पुरुषोत्तमः॥१५.१८॥

ನಾನು "ಕ್ಷರ" ವನ್ನು ಮೀರಿದವನು, "ಅಕ್ಷರ"ಗಿಂತಲೂ ಶ್ರೇಷ್ಠನು ಆಗಿದ್ದೇನೆ.
ಆದ್ದರಿಂದ ಈ ಲೋಕದಲ್ಲಿಯೂ ಮತ್ತು ವೇದದಲ್ಲಿಯೂ
ನನ್ನನ್ನು "ಪುರುಷೋತ್ತಮ"ನೆಂದು ಸಂಬೋಧಿಸಿದ್ದಾರೆ. ॥15.18॥

❀ ❀ ❀

ಅಧ್ಯಾಯ 16 – ಸುರ-ಅಸುರ ಗುಣಸ್ವಭಾವಗಳೆರಡರ ಲಕ್ಷಣಗಳು

ವ್ಯಕ್ತಿಗಳಲ್ಲಿ ""ದೈವೀ" ಹಾಗೂ "ಆಸುರಿ" ಎಂಬ ಎರಡು ತೆರನಾದ ಸ್ವಭಾವದ ವ್ಯಕ್ತಿಗಳು ಇರುತ್ತಾರೆ ಹಾಗೂ ಅವರು ತಮ್ಮ ಗುಣ ಸ್ವಭಾವಗಳನ್ನು ತಮ್ಮ ನಡುವಳಿಕೆಗಳಿಂದಲೇ ತೋರ್ಪಡಿಸಿಕೊಳ್ಳುತ್ತಾರೆ.

ಅಧ್ಯಾಯ – 16

ಸುರ – ಅಸುರ ಗುಣಸ್ವಭಾವಗಳೆರಡರ ಲಕ್ಷಣಗಳು

ಈ ಅಧ್ಯಾಯದಲ್ಲಿ ಶ್ರೀ ಕೃಷ್ಣನು ಅರ್ಜುನನಿಗೆ ಮನುಷ್ಯರಲ್ಲಿಯ ಗುಣ ಸ್ವಭಾವಗಳ ಕುರಿತಾಗಿ ವಿವರಿಸುತ್ತ ವ್ಯಕ್ತಿಗಳಲ್ಲಿ 'ದೈವೀ' ಹಾಗೂ 'ಅಸುರಿ' ಎಂಬ ಎರಡು ತೆರನಾದ ಸ್ವಭಾವದ ವ್ಯಕ್ತಿಗಳು ಇರುತ್ತಾರೆ ಹಾಗೂ ಅವರು ತಮ್ಮ ಗುಣಸ್ವಭಾವಗಳನ್ನು ತಮ್ಮ ನಡುವಳಿಕೆಗಳಿಂದಲೇ ತೋರ್ಪಡಿಸಿಕೊಳ್ಳುತ್ತಾರೆ ಎಂಬುದನ್ನು ವಿವರಿಸಿದನು.

ಸಾಮಾನ್ಯವಾಗಿ ಸಾಮೂಹಿಕ ಒಕ್ಕೂಟಗಳಲ್ಲಿ ಸಮಾವೇಶಗೊಂಡ ವ್ಯಕ್ತಿಗಳನ್ನು ಸೂಕ್ಷ್ಮವಾಗಿ ಗಮನಿಸಿದಾಗ ವ್ಯಕ್ತಿಗಳು ತಮ್ಮ ತಮ್ಮ ಸ್ವಭಾವ, ಅಭಿರುಚಿ ಹಾಗೂ ಸಮಾನ ಮನಸ್ಸಿನ ವ್ಯಕ್ತಿಗಳ ಜೊತೆ ಒಂದುಗೂಡುವುದನ್ನು ನಾವು ಕಾಣುತ್ತೇವೆ.

ಅದರಲ್ಲಿ ದೈವೀಗುಣ ಸಂಪನ್ನರಾದ ಗುಂಪಿನ ವ್ಯಕ್ತಿಗಳು ಪರಿಶುದ್ಧ ಭಾವದಿಂದ ಅತ್ಯುತ್ತಮ ಕಾರ್ಯಗಳ ಕುರಿತಾಗಿ ಪ್ರಾಮಾಣಿಕತೆಯಿಂದ ಚಿಂತನೆ ನಡೆಸುವುದನ್ನು ನಾವು ಕಾಣಬಹುದು. ಅಂತಹ ವ್ಯಕ್ತಿಗಳು ಮೂಲತಃ ತಮ್ಮ ಅಂತರಂಗ ಬಹಿರಂಗಗಳ ಶುದ್ಧಿಯನ್ನು ಹೇಗೆ ಸಾಧಿಸಿಕೊಳ್ಳಬೇಕು ಹಾಗೂ ಉನ್ನತ ಮಾರ್ಗದಲ್ಲಿ ಯಾವ ರೀತಿಯಲ್ಲಿ ಸಾಗಬೇಕು ಎಂಬ ಕುರಿತಾದ ಚಿಂತನೆಯಲ್ಲಿಯೇ ತಮ್ಮ ಅಮೂಲ್ಯವಾದ ಸಮಯವನ್ನು ಕಳೆಯುತ್ತಾರೆ. ಇಂತಹ ಸ್ವಭಾವದ ವ್ಯಕ್ತಿಗಳು ಕ್ರೋಧರಹಿತರಾಗಿ ಸದ್ಗುಣವಂತರಾಗಿ ಪ್ರಶಾಂತ ಮನಸ್ಥಿತಿಯುಳ್ಳವರಾಗಿರುತ್ತಾರೆ. ಅಂಥವರು ಸರ್ವರಲ್ಲಿಯೂ ಭೂತದಯೆ ಉಳ್ಳವರಾಗಿ, ನಮ್ರ ಹಾಗೂ ಸೌಜನ್ಯಯುತರಾಗಿ, ಮಾತಿನಲ್ಲಿ ಮಾಧುರ್ಯವನ್ನು ಸೂಸುತ್ತಾ ಅಂಧಕಾರ ಅಸೂಯೆಗಳನ್ನು ತ್ಯಜಿಸಿ ದೈವೀಗುಣಗಳನ್ನು ಹೊಂದುತ್ತಾರೆ. ಅಂತಹ ವ್ಯಕ್ತಿಗಳನ್ನು "ದೈವೀಗುಣ ಸಂಪನ್ನರು" ಎಂದು ಸಂಭೋದಿಸಲಾಗುತ್ತದೆ.

'ಅಸುರಿ' ಗುಣ ಸ್ವಭಾವವನ್ನು ಹೊಂದಿದ ಗುಂಪಿನ ವ್ಯಕ್ತಿಗಳು ಯಾವಾಗಲೂ ತಮ್ಮನ್ನು ತಾವೇ ಪ್ರಂಶಸಿಸಿಕೊಳ್ಳುತ್ತಾ ಅಹಂಕಾರ, ಸೊಕ್ಕು, ಅಸೂಯೆ ಮತ್ತು ದುರಹಂಕಾರ ಪ್ರವೃತ್ತಿಯನ್ನೇ ಪ್ರದರ್ಶಿಸುತ್ತಾರೆ. ಅಲ್ಲದೇ ಅಂತಹ ಗುಣಸ್ವಭಾವವುಳ್ಳ ವ್ಯಕ್ತಿಗಳ ಸಂಘದಲ್ಲೇ ಇರುತ್ತಾ ಸಂತೋಷಪಡುತ್ತಾರೆ. ಅಂಥವರು ದೈವತ್ವವನ್ನು ಹಾಗೂ ಸತ್ಯಮಾರ್ಗವನ್ನು ಅಲ್ಲಗಳೆಯುತ್ತಾ, ವಿಶ್ವದ ಸೃಷ್ಟಿಯು ಆಕಸ್ಮಿಕವಾಗಿದ್ದು ತಮ್ಮ ಬಯಕೆಗಳನ್ನು ಪೂರೈಸಿಕೊಳ್ಳುವುದೇ ಜೀವನದ ಮುಖ್ಯ ಉದ್ದೇಶವೆಂದು ತಿಳಿಯುತ್ತ ಯಾವಾಗಲೂ ಅಧಿಕಾರ ಅಂತಸ್ತುಗಳನ್ನು ಹೊಂದಲು ಶ್ರಮಪಡುತ್ತಾರೆ. ಅಂತಹ ವ್ಯಕ್ತಿಗಳು ತಾವೇ ಅತ್ಯಂತ ಸುಖಿಗಳು ಎಂಬ ಭಾವವನ್ನು ಹೊಂದಿ ಯಾವಾಗಲೂ ತಮ್ಮ ಬಯಕೆಗಳನ್ನು ಈಡೇರಿಸಿಕೊಳ್ಳುವಲ್ಲಿ ಸಂಪತ್ತು ಹಾಗೂ ಅಧಿಕಾರ ಹೆಚ್ಚಿಸಿಕೊಳ್ಳುವಲ್ಲಿ ಆಸಕ್ತರಾಗಿರುತ್ತಾರೆ.

ಹೀಗೆ ಅಂತಹ ವ್ಯಕ್ತಿಗಳು ಅಸೂಯೆ, ಲೋಭ, ಕಾಮ ಹಾಗೂ ಕ್ರೋಧ ಇತ್ಯಾದಿಯಾದ ಅಸುರಿ ಮೋಹದಲ್ಲಿಯೇ ಬಂಧಿತರಾಗಿ ವಿವೇಕವನ್ನು ಕಳೆದುಕೊಂಡು ಸರಿ–ತಪ್ಪುಗಳ ಅಂತರವನ್ನು ಮರೆತು ಜೀವನ ನಡೆಸುತ್ತಾರೆ. ಅಂತಹ ವ್ಯಕ್ತಿಗಳು ಯಾವಾಗಲೂ ಅನಿಶ್ಚಿತ, ಅಶಾಂತ ಹಾಗೂ ಚಿಂತೆಯ ಜೀವನವನ್ನು ಸಾಗಿಸುತ್ತಾ ದುಃಖಿಗಳಾಗಿರುತ್ತಾರೆ. ಇಂತಹ ಗುಣ ಸ್ವಭಾವಗಳನ್ನು ಹೊಂದಿದ ವ್ಯಕ್ತಿಗಳನ್ನು ಕೃಷ್ಣನು ಅಸುರಿ ಸ್ವಭಾವದವರೆಂದು ಸಂಭೋದಿಸುತ್ತಾನೆ.

ಅಂಧಕಾರದ ಮೂರು ದ್ವಾರಗಳು:

ಕಾಮ, ಕ್ರೋಧ ಹಾಗೂ ಮೋಹ ಈ ಮೂರು ಅಜ್ಞಾನದ ಅಂಧಕಾರದ ಹಾಗೂ ಪತನದ ಮೂರು ದ್ವಾರಗಳಾಗಿದ್ದು ಅಸುರಿ ಸ್ವಭಾವದ ಜನರು ಈ ಮೂರು ದ್ವಾರಗಳಿಂದ ಬಂಧಿತರಾಗಿ ದುಃಖವನ್ನು ಅನುಭವಿಸುತ್ತಾರೆ. ಆದರೆ ದೈವೀ ಗುಣ ಸ್ವಭಾವದ ವ್ಯಕ್ತಿಗಳು ಈ ಮೂರು ದ್ವಾರಗಳ ಬಂಧನದಿಂದ ಬಿಡುಗಡೆ ಹೊಂದಿ ಎಂದೆಂದಿಗೂ ಪ್ರಶಾಂತ ಹಾಗೂ ಆನಂದಯುತ ಜೀವನವನ್ನು ಸಾಗಿಸುತ್ತಾ ಮುಕ್ತಾತ್ಮರಾಗಿರುತ್ತಾರೆ. ವ್ಯಕ್ತಿಗಳು ಯಾವಾಗಲೂ ದೈವೀಗುಣ ಸಂಪನ್ನತೆಯ ವಿಧಾನವನ್ನು ಅನುಸರಿಸಲು ಶ್ರೀ ಕೃಷ್ಣನು ಅಪರೂಪದ ಉಪದೇಶವನ್ನು ಇಲ್ಲಿ ನೀಡಿದ್ದಾನೆ.

❀ ❀ ❀

अभयं सत्त्वसंशुद्धिः ज्ञानयोगव्यवस्थितिः।
दानं दमश्च यज्ञश्च स्वाध्यायस्तप आर्जवम्॥१६.१॥

ಶ್ರೀಕೃಷ್ಣನು ಹೀಗೆ ನುಡಿದನು, "ಅಂತಃಕರಣ ಶುದ್ಧಿ, ಭಯವಿಲ್ಲದಿರುವುದು,
ಜ್ಞಾನದ ಅನುಷ್ಠಾನದಲ್ಲಿ ನಿಷ್ಠೆ, ಮನಸ್ಸು ಮತ್ತು ಇಂದ್ರಿಯ ನಿಗ್ರಹ,
ದಾನಶೀಲತೆ ವೇದಾಧ್ಯಯನ, ಉತ್ತಮವಾದ ಕರ್ಮಗಳ ಅನುಸರಣೆ". ॥16.1॥

अहिंसा सत्यमक्रोधस्त्यागः शान्तिरपैशुनम्।
दया भूतेष्वलोलुप्त्वं मार्दवं ह्रीरचापलम्॥१६.२॥

ಕ್ರೋಧ ಇಲ್ಲದಿರುವುದು, ಸತ್ಯ ಮತ್ತು ಅಹಿಂಸೆಗಳ ಪಾಲನೆ,
ಅಹಂಕಾರವಿಲ್ಲದಿರುವುದು, ಚಾಡಿ ಹೇಳದಿರುವುದು, ದುರಾಸೆ ಮತ್ತು
ವಿಷಯವಸ್ತುಗಳ ತ್ಯಾಗ, ಎಲ್ಲಾ ಜೀವರಾಶಿಗಳೊಡನೆ ಪವಿತ್ರವಾದ
ಪ್ರೇಮ, ದಯೆ, ಸಮರ್ಪಣೆ ಮತ್ತು ದೃಢ ಮನಸ್ಸು. ॥16.2॥

तेजः क्षमा धृतिः शौचमद्रोहो नातिमानिता।
भवन्ति सम्पदं दैवीमभिजातस्य भारत॥१६.३॥

ಅಹಂಕಾರ ಹೆಮ್ಮೆ ಮತ್ತು ಅಭಿಮಾನವನ್ನು ತ್ಯಜಿಸಿ, ಕ್ಷಮೆ, ಧೈರ್ಯ ಮತ್ತು
ಯಾವಾಗಲೂ ಸಮತೋಲನದಲ್ಲಿರುವುದು – ಇಂತಹ ದೈವೀ ಸಂಪತ್ತಿನ ಗುಣಗಳನ್ನು
ಉಳ್ಳ ವ್ಯಕ್ತಿಗಳು ದೈವೀ ಪ್ರಕೃತಿಯವರು ಎಂದೆನಿಸುತ್ತಾರೆ. ॥16.3॥

दम्भो दर्पोऽभिमानश्च क्रोधः पारुष्यमेव च।
अज्ञानं चाभिजातस्य पार्थ सम्पदमासुरीम्॥१६.४॥

ಹೇ ಅರ್ಜುನ! ಅಹಂಕಾರ, ಹೆಮ್ಮೆ, ದುರಾಭಿಮಾನ, ಕ್ರೋಧ, ನಿಷ್ಠುರತೆ ಮತ್ತು
ಅಜ್ಞಾನ – ಈ ಗುಣಗಳು ಆಸುರೀ ಪ್ರಕೃತಿಯ ವ್ಯಕ್ತಿಗಳಲ್ಲಿ ಕಾಣಿಸುತ್ತವೆ. ॥16.4॥

दैवी सम्पद्विमोक्षाय निबन्धायासुरी मता।
मा शुचः सम्पदं दैवीमभिजातोऽसि पाण्डव॥१६.५॥

ದೈವೀ ಸಂಪತ್ತಿನ ಪ್ರಕೃತಿ ಮೋಕ್ಷಕ್ಕೆ ಮತ್ತು ಆಸುರೀ ಸಂಪತ್ತಿನ ಪ್ರಕೃತಿ ಬಂಧನಕ್ಕೆ ಕಾರಣವಾಗುತ್ತದೆ. ಹೇ ಪಾಂಡುಪುತ್ರ! ನೀನಾದರೋ ದೈವೀಗುಣ ಸಂಪನ್ನನಾಗಿ ಜನಿಸಿರುವೆ, ಶೋಕಿಸಬೇಡ. ॥16.5॥

प्रवृत्तिं च निवृत्तिं च जना न विदुरासुराः।
न शौचं नापि चाचारो न सत्यं तेषु विद्यते॥१६.७॥

ಆಸುರೀ ಸ್ವಭಾವದ ಜನರು ಯೋಗ್ಯವಾದ ಮತ್ತು ಅಯೋಗ್ಯವಾದ ಕರ್ಮಗಳ ನಡುವಿನ ಅಂತರವನ್ನು ತಿಳಿದಿರುವುದಿಲ್ಲ. ಏಕೆಂದರೆ ಅವರು ಅಜ್ಞಾನಿಗಳು ಮತ್ತು ಅವರಲ್ಲಿ ಸತ್ಯನಿಷ್ಠೆ, ಆಚಾರ, ವಿಶ್ವಾಸ ಎಂಬುದು ಇರುವುದಿಲ್ಲ. ॥16.7॥

असत्यमप्रतिष्ठं ते जगदाहुरनीश्वरम्।
अपरस्परसम्भूतं किमन्यत्कामहैतुकम्॥१६.८॥

ಆಸುರೀ ಸ್ವಭಾವದ ಜನರು ಈ ಜಗತ್ತು ಅಸತ್ಯದಿಂದ ತುಂಬಿರುವುದು ಎಂದು ಭಾವಿಸುತ್ತಾರೆ. ಈ ಜಗತ್ತಿನ ಸೃಷ್ಟಿಗೆ ಕಾಮದ ಬಯಕೆಗಳೇ ಕಾರಣ ಎಂದು ವಾದಿಸಿ ಆ ಭಗವಂತನ ಅಸ್ತಿತ್ವವನ್ನು ನಿರಾಕರಿಸುತ್ತಾರೆ ॥16.8॥

काममाश्रित्य दुष्पूरं दम्भमानमदान्विताः।
मोहाद्गृहीत्वासद्ग्राहान्प्रवर्तन्तेऽशुचिव्रताः॥१६.१०॥

ದುರಹಂಕಾರ, ಹೆಮ್ಮೆ ಮತ್ತು ಅಹಂಕಾರವನ್ನು ಅಳವಡಿಸಿಕೊಂಡ ಇಂತಹ ಆಸುರೀ ಸ್ವಭಾವದವರು ಎಂದೂ ತೃಪ್ತಿ ಪಡಿಸಲಾಗದ ಕಾಮ, ದುರಾಸೆಗಳಿಂದ ಮತ್ತು ಅಜ್ಞಾನದಿಂದಾಗಿ ಈ ಆಸೆಗಳ ಈಡೇರಿಕೆಗಾಗಿ ನಿರಂತರವಾಗಿ ಸ್ವತ್ತನ್ನು ಮತ್ತು ಅಧಿಕಾರವನ್ನು ಪಡೆಯುವ ಪ್ರಯತ್ನದಲ್ಲಿ ತೊಡಗಿರುತ್ತಾರೆ. ॥16.10॥

❀ ❀ ❀

ಅಧ್ಯಾಯ 17 – ವಿಶ್ವಾಸ ಹಾಗೂ ಪ್ರಕೃತಿಯ ಮೂರು ಗುಣಗಳು

ವ್ಯಕ್ತಿಯು ಭುಂಜಿಸುವ ಆಹಾರವು ಅವನ ವೈಯಕ್ತಿಕ ಅಭಿರುಚಿ, ಇಷ್ಟ ಹಾಗೂ ಆಯ್ಕೆಗನುಗುಣವಾಗಿ ಸಾತ್ವಿಕ, ರಾಜಸಿಕ ಹಾಗೂ ತಾಮಸಿಕ ಎಂದು ಮೂರು ತೆರನಾಗಿರುತ್ತದೆ.

ಅಧ್ಯಾಯ – 17

ವಿಶ್ವಾಸ ಹಾಗೂ ಪ್ರಕೃತಿಯ ಮೂರು ಗುಣಗಳು

ಈ ಅಧ್ಯಾಯದಲ್ಲಿ ಅರ್ಜುನನು ಶ್ರೀ ಕೃಷ್ಣನನ್ನು ಕುರಿತು ಧರ್ಮಶಾಸ್ತ್ರಗಳ ನಿರ್ದೇಶನಗಳನ್ನು ಅನುಸರಿಸದೇ ಕೇವಲ ಧೃಢಭಕ್ತಿಯಿಂದ ಕರ್ಮಗಳನ್ನು ಆಚರಿಸುವಂತಹ ವ್ಯಕ್ತಿಗಳನ್ನು ರಾಜಸ, ತಾಮಸ ಅಥವಾ ಸಾತ್ವಿಕ ಇವುಗಳಲ್ಲಿ ಯಾವ ಗುಣಸ್ವಭಾವಕ್ಕೆ ಸೇರಿದವರೆಂದು ಅರಿಯಬೇಕು ಎಂಬುದಾಗಿ ಪ್ರಶ್ನಿಸುತ್ತಾನೆ.

ಅರ್ಜುನನ ಈ ಪ್ರಶ್ನೆಗೆ ಶ್ರೀ ಕೃಷ್ಣನು ಪ್ರತಿಯೊಬ್ಬ ವ್ಯಕ್ತಿಯಲ್ಲಿ ಈ ಮೂರು ಗುಣಗಳು ಸಮ್ಮಿಶ್ರವಾಗಿರುತ್ತವೆ. ಈ ಮೂರು ಗುಣಗಳಲ್ಲಿ ಯಾವ ಗುಣವು ಪ್ರಧಾನವಾಗಿ ಪ್ರಕಾಶಗೊಳ್ಳುವುದೋ ಅಂಥ ವ್ಯಕ್ತಿಯ ನಡುವಳಿಕೆಗಳು ಅದಕ್ಕನುಗುಣವಾಗಿರುತ್ತವೆ ಎಂದು ಉತ್ತರಿಸುತ್ತಾನೆ.

ಈ ತ್ರಿಗುಣಗಳು ವ್ಯಕ್ತಿಗಳು ಆಚರಿಸುವ ಕರ್ಮ, ತ್ಯಾಗ, ತಪಸ್ಸು ಹಾಗೂ ದಾನಗಳ ಮೇಲೆಯೂ ತಮ್ಮ ಪ್ರಭಾವವನ್ನು ಬೀರುತ್ತವೆ. ಅದರಂತೆ ವ್ಯಕ್ತಿಯ ಶ್ರದ್ಧೆಯೂ ಸಹ ಮೂರು ವಿಧವಾಗಿರುತ್ತವೆ. ವ್ಯಕ್ತಿಯ ಸ್ವಭಾವಕ್ಕನುಗುಣವಾಗಿ ಅವನ ನಡುವಳಿಕೆಗಳು ಸಹ ಹಾಗೆಯೇ ಇರುತ್ತವೆ ಎಂದು ಕೃಷ್ಣನು ತಿಳಿಸುತ್ತಾನೆ.

ಅಲ್ಲದೇ ವ್ಯಕ್ತಿಯು ಭುಂಜಿಸುವ ಆಹಾರವೂ ಅವನ ವೈಯಕ್ತಿಕ ಅಭಿರುಚಿ, ಇಷ್ಟ ಹಾಗೂ ಆಯ್ಕೆಗನುಗುಣವಾಗಿ ಸಾತ್ವಿಕ, ರಾಜಸಿಕ ಹಾಗೂ ತಾಮಸಿಕ ಎಂದು ಮೂರು ತೆರನಾಗಿರುತ್ತದೆ. ವ್ಯಕ್ತಿಯು ಸೇವಿಸುವ ಆಹಾರದ ಸ್ವರೂಪವು ನೇರವಾಗಿ ಅವನ ಗುಣಸ್ವಭಾವ ಹಾಗೂ ಅವನ ಆಲೋಚನೆಗಳ ಹಾಗೂ ಆರೋಗ್ಯದ ಮೇಲೆ ನೇರವಾಗಿ ಪರಿಣಾಮವನ್ನು ಬೀರುತ್ತವೆ.

ನಾವು ಸೇವಿಸುವ ಆಹಾರದ ಪ್ರಭಾವವು ವ್ಯಕ್ತಿಯ ಆಲೋಚನೆ, ಸ್ವಭಾವ, ವರ್ತನೆ, ದೈಹಿಕ ಮತ್ತು ಮಾನಸಿಕ ಆರೋಗ್ಯದ ಮೇಲೆ ನೇರ ಪರಿಣಾಮವನ್ನು ಬೀರುತ್ತವೆ. ಆದುದರಿಂದ ವಿದ್ಯಾರ್ಥಿಗಳಾದ ನಾವು ಈ ಎಲ್ಲ ಕೆಟ್ಟ ಪರಿಣಾಮಗಳಿಂದ ದೂರವಾಗಿರಲು ಯಾವ ರೀತಿಯ ಆಹಾರವನ್ನು ಸೇವಿಸಬೇಕು ಎಂಬುದನ್ನು ಅರಿತುಕೊಳ್ಳಬೇಕು.

ಸಾತ್ವಿಕ ಆಹಾರವು ಪೌಷ್ಟಿಕಾಂಶ, ರುಚಿಭರಿತ ಹಾಗೂ ತಾಜಾತನದಿಂದ ಕೂಡಿದ್ದು ಆರೋಗ್ಯಕರವೂ, ಶಕ್ತಿದಾಯಕವೂ, ಬುದ್ಧಿಶಕ್ತಿ ಪ್ರಚೋದಕವೂ ಆಗಿರುತ್ತವೆ. ಸಾತ್ವಿಕ ಸ್ವಭಾವದ ವ್ಯಕ್ತಿಗಳಿಗೆ ಈ ತರಹದ ಆಹಾರ ಅತ್ಯಂತ ಪ್ರೀಯವಾಗಿರುತ್ತದೆ. ಸಾತ್ವಿಕ

ಆಹಾರ ಸೇವಿಸುವವರು ಸಾಮಾನ್ಯವಾಗಿ ಆರೋಗ್ಯಶಾಲಿಗಳಾಗಿ ಧೀರ್ಘಾಯುಷ್ಯವನ್ನು ಹೊಂದಿದವರಾಗಿರುತ್ತಾರೆ.

ರಾಜಸಿಕ ಆಹಾರವು ಕಹಿ, ಹುಳಿ, ಉಪ್ಪು, ಖಾರ ಹಾಗೂ ಒಣಕಲಾದ ಲಕ್ಷಣವನ್ನು ಹೊಂದಿರುತ್ತದೆ. ಇಂತಹ ಆಹಾರವು ರಾಜಸಿಕ ಸ್ವಭಾವದ ವ್ಯಕ್ತಿಗಳಿಗೆ ಅತ್ಯಂತ ಇಷ್ಟ ಹಾಗೂ ಪ್ರೀಯವಾಗಿರುತ್ತವೆ. ಅಲ್ಲದೇ ಈ ತರಹದ ಆಹಾರವು ಮನುಷ್ಯನಲ್ಲಿ ಚಿಂತೆ, ಕೋಪ, ಮಾನಸಿಕ ಚಂಚಲತೆ ಉಂಟುಮಾಡುವುದಲ್ಲದೇ ಆರೋಗ್ಯವನ್ನು ಕ್ಷೀಣಿಸುತ್ತವೆ. ಇದರಿಂದ ವ್ಯಕ್ತಿಯು ಬಹುಬೇಗ ರೋಗಗಳಿಗೆ ತುತ್ತಾಗುವ ಸಾಧ್ಯತೆಗಳು ಹೆಚ್ಚಾಗಿರುತ್ತವೆ.

ತಾಮಸಿಕ ಆಹಾರವು ಸರಿಯಾಗಿ ಬೇಯದ, ಹಳಸಿದ ಹಾಗೂ ರುಚಿಯೇ ಇಲ್ಲದ ಆಹಾರವಾಗಿದ್ದು ತಾಮಸಿಕ ಸ್ವಭಾವದ ವ್ಯಕ್ತಿಗಳು ಇಂತಹ ಆಹಾರವನ್ನು ಇಷ್ಟಪಡುತ್ತಾರಲ್ಲದೇ ಪ್ರಾಣಿಗಳಂತೆ ಎಂಜಲಾದ ತಂಗಳ ಆಹಾರವನ್ನು ಸೇವಿಸಲು ಬಯಸುತ್ತಾರೆ. ಇಂತಹ ಆಹಾರವು ಉಳಿದ ಆಹಾರಗಳಿಗಿಂತ ನಿಕೃಷ್ಟವಾಗಿದ್ದು ಇದನ್ನು ತ್ಯಜಿಸಬೇಕಾದುದು ಅವಶ್ಯವಾಗಿದೆ.

ಈ ಮೇಲೆ ವಿವರಿಸಿದ ಮೂರು ಗುಣಗಳಲ್ಲಿ ಸಾತ್ವಿಕ ಗುಣವು ಅತ್ಯಂತ ಉತ್ತಮ ಗುಣವಾಗಿದ್ದು ನಾವುಗಳು ಸಾತ್ವಿಕ ಗುಣಗಳನ್ನು ಅಳವಡಿಸಿಕೊಳ್ಳಬೇಕು. ಇದರಿಂದ ನಾವುಗಳು ಆರೋಗ್ಯವಂತರಾಗಿ, ಉತ್ತಮ ಕರ್ಮಗಳನ್ನು ಸಮರ್ಪಣಾ ಭಾವದಿಂದ ಆಚರಿಸುತ್ತ ಸಂತಸದ ಜೀವನವನ್ನು ಸಾಗಿಸಬಹುದು. ನಾವು ಉನ್ನತ ಮಾರ್ಗವನ್ನು ಅನುಸರಿಸುತ್ತ ಇತರರಿಗೂ ಮಾರ್ಗದರ್ಶನ ಮಾಡುತ್ತ ಮಾದರಿಯಾದ ಸಾರ್ಥಕ ಜೀವನವನ್ನು ರೂಪಿಸಿಕೊಳ್ಳಬಹುದು.

❀ ❀ ❀

त्रिविधा भवति श्रद्धा देहिनां सा स्वभावजा।
सात्त्विकी राजसी चैव तामसी चेति तां श्रृणु॥१७.२॥

ಶ್ರೀಕೃಷ್ಣನು ಹೀಗೆ ನುಡಿದನು, "ಹೇ ಅರ್ಜುನ! ಮನುಷ್ಯರಲ್ಲಿ ಹುಟ್ಟುವ ಶ್ರದ್ಧೆಯೂ ಕೂಡ ಅವನ ಪ್ರಭಾವಶಾಲಿಯಾದ ಗುಣಕ್ಕೆ ಅನುಗುಣವಾಗಿ ಸಾತ್ವಿಕ, ರಾಜಸಿಕ ಅಥವಾ ತಾಮಸಿಕ ಎಂಬ ಮೂರು ವಿಧಗಳಾಗಿರುತ್ತದೆ". ॥17.2॥

सत्त्वानुरूपा सर्वस्य श्रद्धा भवति भारत।
श्रद्धामयोऽयं पुरुषो यो यच्छ्रद्धः स एव सः॥१७.३॥

ಪ್ರತಿಯೊಬ್ಬ ಮನುಷ್ಯನ ಶ್ರದ್ಧೆಯೂ ಅವರವರ ಪ್ರಕೃತಿಜನ್ಯ ಸ್ವಭಾವಕ್ಕೆ ಅನುಗುಣವಾಗಿಯೇ ಇರುತ್ತದೆ. ವ್ಯಕ್ತಿಯ ಶ್ರದ್ಧೆ ಹಾಗೂ ಗುಣಗಳು ಒಂದನ್ನೊಂದು ಅವಲಂಬಿಸಿಕೊಂಡಿರುತ್ತವೆ. ॥17.3॥

आहारस्त्वपि सर्वस्य त्रिविधो भवति प्रियः।
यज्ञस्तपस्तथा दानं तेषां भेदमिमं श्रृणु॥१७.७॥

ಮನುಷ್ಯನಿಗೆ ಪ್ರೀಯವೆನಿಸುವ ಆಹಾರದಲ್ಲಿಯೂ ಅವನ ಗುಣಕ್ಕೆ ತಕ್ಕಂತೆ ಮೂರು ವಿಧಗಳಾಗಿರುತ್ತದೆ. ಅದೇ ರೀತಿ ಅವನು ನಿರ್ವಹಿಸುವ ಕರ್ಮ, ತಪಸ್ಸು, ತ್ಯಾಗ, ಉಪಕಾರ ಇತ್ಯಾದಿಗಳೆಲ್ಲವೂ ಕೂಡ ಮೂರು ವಿಧವಾಗಿರುತ್ತವೆ. ಇವುಗಳ ಭೇದವನ್ನು ವಿವರಿಸುತ್ತೇನೆ ಕೇಳು. ॥17.7॥

आयुःसत्त्वबलारोग्यसुखप्रीतिविवर्धनाः।
रस्याः स्निग्धाः स्थिरा हृद्या आहाराः सात्त्विकप्रियाः॥१७.८॥

ಸಾತ್ವಿಕ ಸ್ವಭಾವದವರಿಗೆ ರಸಭರಿತ, ಸ್ನಿಗ್ಧವಾದ, ಆರೋಗ್ಯಕರವಾದ, ತಾಜಾತನದ, ಶಕ್ತಿಯುತ, ಆಯಸ್ಸನ್ನು ಹೆಚ್ಚಿಸುವಂತಹ ಆಹಾರಗಳು ಪ್ರೀಯವೆನಿಸುತ್ತದೆ. ॥17.8॥

कट्वम्ललवणात्युष्णतीक्ष्णरूक्षविदाहिनः।
आहारा राजसस्येष्टा दुःखशोकामयप्रदाः॥१७.९॥

ರಾಜಸಿಕ ಸ್ವಭಾವದವರಿಗೆ ಕಹಿಯಾದ, ಅತಿ ಖಾರವಾದ, ಅತಿ ಉಪ್ಪಾದ
ಮತ್ತು ಒಣಕಲಾದ ಆಹಾರ ಪ್ರೀಯವೆನಿಸುತ್ತದೆ. ಇದರ ಪರಿಣಾಮವಾಗಿ
ಅವರು ಚಿಂತೆ ಮತ್ತು ರೋಗಗಳಿಂದ ಕೂಡಿದವರಾಗಿರುತ್ತಾರೆ. ॥17.9॥

यातयामं गतरसं पूति पर्युषितं च यत्।
उच्छिष्टमपि चामेध्यं भोजनं तामसप्रियम्॥१७.१०॥

ತಾಮಸಿಕ ಸ್ವಭಾವದವರಿಗೆ ಸರಿಯಾಗಿ ಬೇಯಿಸದ, ಹಳಸಿಹೋದ, ರುಚಿಯಿಲ್ಲದ,
ದುರ್ಗಂಧ ಯುಕ್ತವಾದ ಆಹಾರ ಪ್ರೀಯವೆನಿಸುತ್ತದೆ. ॥17.10॥

दातव्यमिति यद्दानं दीयतेऽनुपकारिणे।
देशे काले च पात्रे च तद्दानं सात्त्विकं स्मृतम्॥१७.२०॥

ಕರ್ತವ್ಯ ಭಾವದಿಂದ ಯಾವುದೇ ಪ್ರತ್ಯುಪಕಾರವನ್ನು ಬಯಸದೆ
ಯೋಗ್ಯ ಕಾಲ ಹಾಗೂ ಪವಿತ್ರ ಸ್ಥಳಗಳಲ್ಲಿ ಅರ್ಹನಾದ ವ್ಯಕ್ತಿಗೆ
ನೀಡುವ ದಾನವು ಸಾತ್ವಿಕ ದಾನ ಎನಿಸುತ್ತದೆ. ॥17.20॥

❀ ❀ ❀

ಅಧ್ಯಾಯ 18 – ಸರ್ವ ಜ್ಯಾತಿಗಳ ಸಮಾನತೆ ಹಾಗೂ ಬಂಧಮೋಕ್ಷ

ಭಗವದ್ಗೀತೆಯ ಅಭಿಪ್ರಾಯದಂತೆ ವ್ಯಕ್ತಿಯ ವರ್ಣವು ಅವನ ಹುಟ್ಟಿನಿಂದ ನಿರ್ಧಾರಿತವಾಗಿರದೇ ಅವನು ಹೊಂದಿರುವ ಗುಣ ಸ್ವಭಾವ ಹಾಗೂ ಕರ್ಮಗಳ ಆಧಾರದ ಮೇಲೆ ನಿರ್ಧರಿಸಲಾಗಿದೆ. ನಾಲ್ಕು ವರ್ಣಗಳು ಸರಿಸಮಾನವಾಗಿದ್ದು ಇವುಗಳಲ್ಲಿ ಮೇಲು ಕೀಳು ಎಂಬ ಭೇದಭಾವವನ್ನು ಮಾಡಲಾಗಿಲ್ಲ.

ಅಧ್ಯಾಯ – 18

ಸರ್ವ ಜ್ಯಾತಿಗಳ ಸಮಾನತೆ ಹಾಗೂ ಬಂಧಮೋಕ್ಷ

ಭಗವದ್ಗೀತೆಯ ಅಂತಿಮವಾದ 18ನೆಯ ಅಧ್ಯಾಯವು ಅತ್ಯಂತ ಪ್ರಮುಖವಾದ ಹಾಗೂ ಮಹತ್ವಪೂರ್ಣವಾದ 'ಮೋಕ್ಷ' ಅಥವಾ 'ಸಂಪೂರ್ಣ ಬಂಧ ವಿಮೋಚನೆ'ಯ ಮಾರ್ಗವನ್ನು ಬೋಧಿಸುತ್ತದೆ.

ಪ್ರಸ್ತುತ ಈ ಅಧ್ಯಾಯದಲ್ಲಿ ಶ್ರೀ ಕೃಷ್ಣನು ಅರ್ಜುನನ್ನು ಕುರಿತು ಮನುಷ್ಯನು ತನ್ನ ಪಾಲಿನ ಕರ್ತವ್ಯಗಳನ್ನು ನಿಸ್ಪೃಹವಾಗಿ, ಪ್ರಾಮಾಣಿಕತೆಯಿಂದ ಹಾಗೂ ಪರಿಪೂರ್ಣವಾಗಿ ನಿರ್ವಹಿಸುವುದರಿಂದ ಮಾತ್ರ ಮೋಕ್ಷವನ್ನು ಪಡೆಯುವನು ಎಂದು ತಿಳಿಸುತ್ತಾ ಕರ್ಮತ್ಯಾಗದಿಂದ ಮುಕ್ತಿಯನ್ನು ಪಡೆಯಬಹುದೆಂಬ ನಂಬಿಕೆಯು ಈ ತತ್ವಕ್ಕೆ ವಿರೋಧವಾಗಿರುತ್ತದೆ. ವ್ಯಕ್ತಿಯು ಪರಿಪೂರ್ಣವಾಗಿ ಬಂಧಮುಕ್ತನಾಗಿ ಸಂತಸದ ಜೀವನವನ್ನು ಸಾಗಿಸಲು ಅವನು ತನ್ನ ಪಾಲಿನ ಕರ್ತವ್ಯವನ್ನು ನಿರ್ವಹಿಸುವುದು ಅತ್ಯವಶ್ಯಕವಾಗಿರುತ್ತದೆ ಎಂದು ವಿವರಿಸುತ್ತಾನೆ.

ಮುಂದುವರೆದು, ಶ್ರೀ ಕೃಷ್ಣನು ಪ್ರತಿಯೊಬ್ಬ ವ್ಯಕ್ತಿಯು ತನ್ನ ವೈಯಕ್ತಿಕ ಅಭಿರುಚಿ ಹಾಗೂ ಸ್ವಭಾವಕ್ಕನುಗುಣವಾಗಿ ಯೋಗ್ಯವಾದ ಜೀವನ ಮಾರ್ಗವನ್ನು ಅನುಸರಿಸಲು ಸ್ವಾತಂತ್ರ್ಯ ಪಡೆದಿದ್ದಾನೆ ಹಾಗೆಯೇ ಆಯ್ಕೆ ಮಾಡಿಕೊಂಡ ಮಾರ್ಗದಲ್ಲಿಯೇ ಅವನು ಪರಿಪೂರ್ಣತೆಯನ್ನು ಹೊಂದುವನು ಎಂಬುದಾಗಿ ಅರ್ಜುನನಿಗೆ ಉಪದೇಶಿಸಿದನು.

ವ್ಯಕ್ತಿಯು ಹೊಂದಿದ ಗುಣಸ್ವಭಾವ ಹಾಗೂ ಕರ್ಮಗಳ ಆಧಾರದ ಮೇಲೆ ಅವನ ವರ್ಣವು ನಿರ್ಧರಿಸಲ್ಪಡುತ್ತದೆ. ಗುಣಸ್ವಭಾವಗಳ ಆಧಾರದ ಮೇಲೆ ಮನುಷ್ಯರನ್ನು ನಾಲ್ಕು ವರ್ಣಗಳೆಂದು ವಿಂಗಡಿಸಲಾಗಿದೆ. ಭಗವದ್ಗೀತೆಯ ಅಭಿಪ್ರಾಯದಂತೆ ವ್ಯಕ್ತಿಯ ವರ್ಣವು ಅವನ ಹುಟ್ಟಿನಿಂದ ನಿರ್ಧಾರಿತವಾಗಿರದೇ ಅವನು ಹೊಂದಿರುವ ಗುಣ ಸ್ವಭಾವ ಹಾಗೂ ಕರ್ಮಗಳ ಆಧಾರದ ಮೇಲೆ ನಿರ್ಧರಿಸಲ್ಪಡುತ್ತದೆ. ನಾಲ್ಕು ವರ್ಣಗಳು ಸರಿಸಮಾನವಾಗಿದ್ದು ಇವುಗಳಲ್ಲಿ ಮೇಲು ಕೀಳು ಎಂಬ ಯಾವ ಭೇದ ಭಾವವನ್ನು ಮಾಡಲಾಗಿಲ್ಲ. ಪ್ರತಿಯೊಂದು ವರ್ಣವು ತನ್ನದೇ ಆದ ಪ್ರಾಮುಖ್ಯತೆಯನ್ನು ಹೊಂದಿರುತ್ತದೆ. ಶ್ರೀ ಕೃಷ್ಣನು ಭಗವದ್ಗೀತೆಯಲ್ಲಿ ವರ್ಣಗಳ ವಿಂಗಡಣೆಯನ್ನು ಸ್ಪಷ್ಟವಾಗಿ ವೈಜ್ಞಾನಿಕವಾಗಿ ಅವರವರ ಗುಣ, ಸ್ವಭಾವ ಹಾಗೂ ಕರ್ಮಗಳ ಆಧಾರದ ಮೇಲೆ ನಿರೂಪಿಸಿದ್ದಾನೆ. ಅಲ್ಲದೇ ಪ್ರತಿಯೊಬ್ಬ ವ್ಯಕ್ತಿಯು ತನ್ನ ಅಭಿರುಚಿಗೆ ತಕ್ಕುದಾದ ಉಚಿತ ವರ್ಣವನ್ನು ಆಯ್ಕೆ ಮಾಡಿಕೊಂಡು ಪರಿಣಿತಿ ಹೊಂದಲು ಸಂಪೂರ್ಣ ಸ್ವಾತಂತ್ರ್ಯವನ್ನು ನೀಡಿದ್ದಾನೆ. ಆದರೆ ಕಾಲಾಂತರದಲ್ಲಿ ಮನುಷ್ಯನು ವರ್ಣಗಳನ್ನು ಜನ್ಮದಿಂದ ಬಂದುದೆಂದು ತಪ್ಪಾಗಿ ಅರ್ಥೈಸಿ

ಅವುಗಳಲ್ಲಿ ಮೇಲು ಕೀಳು ಎಂಬ ಭೇದಭಾವವನ್ನು ಸೃಷ್ಟಿಸಿ ಅನಿಷ್ಟ ಜ್ಯಾತಿ ಪದ್ಧತಿಯನ್ನು ರೂಢಿಸಿಕೊಂಡನು. ಇದು ಅತ್ಯಂತ ದುರ್ದೈವದ ಬೆಳವಣಿಗೆ.

ಉದಾಹರಣೆಗಾಗಿ ವಿದ್ಯಾರ್ಥಿಯ ವೃತ್ತಿ ಜೀವನದ ಆಯ್ಕೆ ಕುರಿತಾಗಿ ಮಾರ್ಗದರ್ಶನ ನೀಡುವ ಮುನ್ನ ವೃತ್ತಿ ಸಲಹೆಗಾರರು ಮತ್ತು ಮನಶಾಸ್ತ್ರಜ್ಞರು ವಿದ್ಯಾರ್ಥಿಯ ಗುಣ, ಸ್ವಭಾವ ಹಾಗೂ ಆಸಕ್ತಿಯನ್ನು ಗುರುತಿಸಿ ಅದರ ಆಧಾರದ ಮೇಲೆ ಅವರಿಗೆ ಸೂಕ್ತವಾದ ಮಾರ್ಗದರ್ಶನ ನೀಡುತ್ತಿರುವುದನ್ನು ನಾವು ಇಂದಿಗೂ ಗಮನಿಸಬಹುದು.

ಯಾವ ವ್ಯಕ್ತಿಗಳು ಪ್ರಶಾಂತ ಹಾಗೂ ಸ್ಥಿರ ಸ್ವಭಾವವನ್ನು ಹೊಂದಲು ಬಯಸುತ್ತಾರೋ ಅಂಥವರು ತಮಗಿಷ್ಟವಾದ ಅಂಥಹ ಜೀವನ ಶೈಲಿಯನ್ನು ಆಯ್ಕೆ ಮಾಡಿಕೊಳ್ಳಲು ಅವಕಾಶವಿದ್ದಿತು. ಮೌನ, ಪ್ರಶಾಂತ, ಸತ್ಯದರ್ಶನ ಹಾಗೂ ಆಧ್ಯಾತ್ಮಿಕ ಜ್ಞಾನಾಕಾಂಕ್ಷಿಗಳಾದವರನ್ನು ಬ್ರಾಹ್ಮಣ ವರ್ಣದವರೆಂದು ಸಂಭೋದಿಸಲಾಗುತ್ತಿತ್ತು.

ಯಾವ ವ್ಯಕ್ತಿಗಳು ನಾಯಕತ್ವದ ಗುಣಗಳನ್ನು ಹೊಂದಿ ಸಾಹಸದ, ಯುದ್ಧದ ಹಾಗೂ ವೀರೋಚಿತವಾದ ಕ್ರಿಯೆಗಳನ್ನು ತಮ್ಮ ಜೀವನದಲ್ಲಿ ಅಳವಡಿಸಿಕೊಂಡಿರುತ್ತಾರೋ ಅಂಥವರನ್ನು ಕ್ಷತ್ರಿಯ ವರ್ಣದವರೆಂದು ಗುರುತಿಸಲಾಗುತ್ತಿತ್ತು.

ಯಾವ ವ್ಯಕ್ತಿಗಳು ವಾಣಿಜ್ಯ, ವ್ಯಾಪಾರ, ಕೃಷಿ, ಲಲಿತಕಲೆ, ಕಲಾಕ್ಷೇತ್ರ, ಆರ್ಥಿಕ ಚಟುವಟಿಕೆ ಮುಂತಾದವುಗಳಲ್ಲಿ ಆಸಕ್ತಿ ಹೊಂದಿ ತಮ್ಮನ್ನು ತೊಡಗಿಸಿಕೊಂಡಿರುತ್ತಾರೋ ಅಂಥವರನ್ನು ವೈಶ್ಯ ವರ್ಣದವರೆಂದು ಗುರುತಿಸಲಾಗುತ್ತಿತ್ತು.

ಕೊನೆಯ ವರ್ಣವು ಒಂದು ವಿಶೇಷ ಪ್ರಕಾರದ ಜನಸಮೂಹವನ್ನು ಒಳಗೊಂಡಿದ್ದು ಈ ವರ್ಣದವರು ಮಾನವ ಕಲ್ಯಾಣಕ್ಕಾಗಿ ವಿಧ ವಿಧವಾದ ಸೇವಾವೃತ್ತಿಯನ್ನು ಆಯ್ಕೆ ಮಾಡಿಕೊಂಡು ಅವುಗಳ ನಿರ್ವಹಣೆಯಲ್ಲಿ ತಮ್ಮನ್ನು ತೊಡಗಿಸಿಕೊಂಡವರಾಗಿರುತ್ತಿದ್ದರು. ಅಂಥಾ ಸೇವಾವೃತ್ತಿಯಲ್ಲಿ ತೋಡಗಿಸಿಕೊಂಡವರನ್ನು ಶೂದ್ರ ವರ್ಣದವರೆಂದು ಕರೆಯಲಾಗುತ್ತಿತ್ತು.

ಈ ದೃಷ್ಟಿಯಿಂದ ವರ್ಣ ವಿಂಗಡಣೆಯನ್ನು ನಾವು ಸೂಕ್ಷ್ಮವಾಗಿ ಗಮನಿಸಿದಾಗ ಈ ನಾಲ್ಕು ವರ್ಣದ ಜನರು ನಿರ್ವಹಿಸುವ ಕರ್ತವ್ಯಗಳು ಸಮಾಜದ ಉನ್ನತಿ ಹಾಗೂ ಪ್ರಗತಿಗಾಗಿ ಒಂದಕ್ಕೊಂದು ಪೂರಕವಾಗಿದ್ದು ಸರಿಸಮಾನವಾದ ಪ್ರಾಮುಖ್ಯತೆಯನ್ನು ಹೊಂದಿವೆ ಎಂಬುದಾಗಿ ತಿಳಿದುಬರುತ್ತದೆ. ಶ್ರೀ ಕೃಷ್ಣನು ಚಾತುರ್ವರ್ಣಗಳ ಮಹತ್ವವನ್ನು ಸಮಾನತೆಯನ್ನು ಹಾಗೂ ಗುಣ ಕರ್ಮಗಳ ಆಧಾರದ ಮೇಲೆಯೇ ಅವುಗಳನ್ನು ವಿಂಗಡಿಸಲಾಗಿದೆ ಎಂಬ ಮಹತ್ವದ ಸಂದೇಶವನ್ನು ಸ್ಪಷ್ಟವಾಗಿ ಉಪದೇಶಿಸಿದ ನಂತರವೂ ಕೂಡಾ ಸಂಕುಚಿತ ಸ್ವಭಾವದ ಮನುಷ್ಯರಿಗೆ ಇದು ಅರ್ಥವಾಗಲಿಲ್ಲ. ಇದರಿಂದಾಗಿಯೇ ಅಜ್ಞಾನಾಂಧಕಾರಿಗಳಿಂದ ಕೂಡಿದ ಜನತೆಯು ಜನ್ಮದ ಆಧಾರದ ಮೇಲೆ ವರ್ಣಗಳನ್ನು

ಗುರುತಿಸಿ ಅದರಲ್ಲಿ ಮೇಲು–ಕೀಳು ಎಂಬ ತಾರತಮ್ಯವನ್ನು ಸೃಷ್ಟಿಸಿ ಈ ಅನಿಷ್ಟ ಜ್ಯಾತಿ ಪದ್ಧತಿಯನ್ನು ರೂಢಿಸಿಕೊಂಡಿರುವುದನ್ನು ನಾವು ಕಾಣಬಹುದು.

ವಿಶ್ವ ಕಲ್ಯಾಣ ಸಾಧನೆಯ ವಿಶಾಲಗುರಿಯನ್ನು ಹೊಂದಿದ ವಿದ್ಯಾರ್ಥಿಗಳಾದ ನಾವು ಇಂತಹ ವರ್ಣ ಭೇದ ಭಾವಗಳಿಗೆ ಪ್ರೋತ್ಸಾಹ ನೀಡಬಾರದು ಹಾಗೂ ಅಂತಹ ವಿಚಾರವಾದಿಗಳಿಗೆ ಎಂದಿಗೂ ಬೆಂಬಲ ನೀಡಬಾರದು. ಶ್ರೀ ಕೃಷ್ಣನ ಬೋಧನೆಯ ಅನುಗುಣವಾಗಿ ನಾವು ಎಲ್ಲ ವರ್ಣದ ಜನರನ್ನು ಸರಿಸಮಾನವಾಗಿ ಗೌರವಿಸಬೇಕು ಹಾಗೂ ಅವರೆಲ್ಲರೊಂದಿಗೆ ಸಮಾನವಾಗಿ ವರ್ತಿಸಬೇಕು. ಏಕೆಂದರೆ ಒಂದೇ ಭಗವಂತನ ಅಂಶವು ಪ್ರತಿಯೊಬ್ಬರಲ್ಲೂ ನೆಲೆಸಿದೆ ಎಂಬ ಪ್ರಥಮ ಸತ್ಯವನ್ನು ಈಗಾಗಲೇ ನಾವು ಅರಿತುಕೊಂಡಿದ್ದೇವೆ.

ಭಗವದ್ಗೀತೆಯಲ್ಲಿ ಶ್ರೀ ಕೃಷ್ಣನು ನೀಡಿದ ಈ ಅಮರ ಸಂದೇಶವನ್ನು ಪಾಲಿಸುತ್ತ ನಮ್ಮ ಪ್ರವೃತ್ತಿಗಳಿಗನುಗುಣವಾಗಿ ನಮ್ಮ ಜೀವನ ಮಾರ್ಗವನ್ನು ನಾವು ಆಯ್ಕೆ ಮಾಡಿಕೊಳ್ಳಬೇಕು ಹಾಗೂ ಆಯ್ಕೆ ಮಾಡಿಕೊಂಡ ಮಾರ್ಗದಲ್ಲಿ ನಮ್ಮ ಕೌಶಲ್ಯಗಳನ್ನು ಅಭಿವೃದ್ಧಿಪಡಿಸಿಕೊಂಡು ಬಂಧ ವಿಮೋಚನೆಯ ಸುಖವನ್ನು ನಾವು ಅನುಭವಿಸಬೇಕು ಹಾಗೂ ಸಮಗ್ರ ವಿಶ್ವವನ್ನೇ ಆನಂದಮಯವಾಗಿ ಪರಿವರ್ತಿಸಲು ನಿರಂತರವಾಗಿ ಪ್ರಯತ್ನಿಸಬೇಕು.

ಅಂತಿಮವಾಗಿ ಶ್ರೀ ಕೃಷ್ಣನು ಅರ್ಜುನನ್ನು ಕುರಿತು "ಈ ಗೀತೋಪದೇಶವನ್ನು ಏಕಾಗ್ರಚಿತ್ತದಿಂದ ಆಲಿಸಿದೆಯೋ? ಹಾಗೂ ಇದರಿಂದ ನಿನ್ನಲ್ಲುಂಟಾದ ಅಜ್ಞಾನ ಹಾಗೂ ದುಃಖವು ದೂರವಾಯಿತೇ" ಎಂದು ಪ್ರಶ್ನಿಸುತ್ತಾನೆ. ಇಲ್ಲಿ ನಾವು ಗಮನಿಸಬೇಕಾದ ಪ್ರಮುಖ ಅಂಶವೇನೆಂದರೆ ಶ್ರೀ ಕೃಷ್ಣನು ಅರ್ಜುನನಿಗೆ ಗೀತೋಪದೇಶವನ್ನು ಮಾಡಿದ ಮೇಲೂ ಕೂಡಾ ಶ್ರೀ ಕೃಷ್ಣನು ಅರ್ಜುನನಿಗೆ ಇಂಥಹದ್ದೇ ಮಾರ್ಗವನ್ನು ಅನುಸರಿಸಬೇಕೆಂದು ನಿರ್ದೇಶನವನ್ನು ನೀಡದೇ ಯಾವ ಮಾರ್ಗವನ್ನು ಅನುಸರಿಸಬೇಕೆಂಬ ಆಯ್ಕೆಯ ನಿರ್ಧಾರವನ್ನು ಅರ್ಜುನನ ಮೇಲೆಯೇ ಬಿಡುತ್ತಾನೆ. ಶ್ರೀ ಕೃಷ್ಣನ ಈ ಮೇಲಿನ ಪ್ರಶ್ನೆಗೆ ಪ್ರಾಜ್ಞ ಶಿಷ್ಯನಾದ ಅರ್ಜುನನು ಶ್ರೀ ಕೃಷ್ಣನನ್ನು ಕುರಿತು "ನನ್ನ ಮನಸ್ಸಿನಲ್ಲಿ ಮೂಡಿದ ಮೋಹವು ಸಂಪೂರ್ಣವಾಗಿ ನಾಶವಾಗಿದೆ. ನಿನ್ನ ಪರಮಾನುಗ್ರಹದಿಂದ ನನ್ನ ಎಲ್ಲ ಸಂಶಯಗಳು, ಶೋಕ ಮೋಹಗಳು ನಾಶವಾಗಿವೆ ಎಂದು ಸ್ಪಷ್ಟ ಪಡಿಸುತ್ತಾನೆ. ಅಲ್ಲದೆ, ನಾನು ಈಗ ನಿಗದಿತವಾದ ನನ್ನ ಪಾಲಿನ ಎಲ್ಲ ಕರ್ತವ್ಯಗಳನ್ನು ನಿಮ್ಮ ಉಪದೇಶದಂತೆ ಪಾಲಿಸಲು ಸರ್ವಸನ್ನದ್ಧನಾಗಿದ್ದೇನೆ ಹಾಗೂ ಅವುಗಳನ್ನು ತಪ್ಪದೇ ನಿರ್ವಹಿಸುತ್ತೇನೆ" ಎಂದು ನಮ್ರವಾಗಿ ಬಿನ್ನವಿಸಿಕೊಂಡನು. ಅರ್ಜುನನು ನೀಡಿದ ಈ ಮೇಲಿನ ಉತ್ತರ ಅತ್ಯಂತ ಪ್ರಶಂಸನೀಯ ಹಾಗೂ ನಮಗೆಲ್ಲರಿಗೂ ಮಾರ್ಗದರ್ಶಿಯಾಗಿದೆ.

“ಶ್ರೀ ಕೃಷ್ಣನ ಸೂಚನೆಗನುಗುಣವಾಗಿ ನಾನು ನಿಮ್ಮಲ್ಲಿ ಒಂದು ಮಹತ್ವವಾದ ಪ್ರಶ್ನೆಯನ್ನು ಕೇಳಲು ಬಯಸುತ್ತೇನೆ. ಭಗವದ್ಗೀತೆಯಲ್ಲಿ ಶ್ರೀ ಕೃಷ್ಣನ ಉಪದೇಶವನ್ನು ಕೇಳಿದ ನಂತರ ನಿಮ್ಮ ಅಭಿಪ್ರಾಯವೇನು? ಮಾನವ ಕಲ್ಯಾಣ ಹಾಗೂ ಉಜ್ವಲ ಭವಿಷ್ಯಕ್ಕಾಗಿ ಅರ್ಜುನನಂತೆ ಮಹಾವೀರರಾಗಲು ನೀವು ಕೂಡಾ ಪ್ರಯತ್ನಿಸುತ್ತೀರಾ? ಇದರ ನಿರ್ಧಾರವನ್ನು ನಿಮ್ಮ ಮೇಲೆ ಬಿಡುತ್ತಾ ನೀವೆಲ್ಲರೂ ನಿಮ್ಮ ಕಾರ್ಯಕ್ಷೇತ್ರದಲ್ಲಿ ಯಶಸ್ವಿಯಾಗಬೇಕೆಂದು ನಾನು ಪ್ರಾರ್ಥಿಸುತ್ತೇನೆ.”

❀ ❀ ❀

काम्यानां कर्मणां न्यासं संन्यासं कवयो विदुः।
सर्वकर्मफलत्यागं प्राहुस्त्यागं विचक्षणाः॥१८.२॥

ಫಲವನ್ನು ಇಚ್ಛಿಸಿ ಮಾಡುವ ಕರ್ಮಗಳನ್ನು ತ್ಯಜಿಸುವುದೇ "ಸನ್ಯಾಸ" ಎಂದು ಕೆಲವು ವಿದ್ವಾಂಸರು ಹೇಳುತ್ತಾರೆ. ಮತ್ತೆ ಕೆಲವು ವಿಚಾರಶೀಲರು ಎಲ್ಲಾ ಬಗೆಯ ಕರ್ಮಫಲಗಳನ್ನು ತ್ಯಜಿಸುವುದೇ ನಿಜವಾದ ತ್ಯಾಗ ಎಂದು ಹೇಳುತ್ತಾರೆ. ॥18.2॥

कार्यमित्येव यत्कर्म नियतं क्रियतेऽर्जुन।
सङ्गं त्यक्त्वा फलं चैव स त्यागः सात्त्विको मतः॥१८.९॥

ಶಾಸ್ತ್ರವಿಧಿತ ಕರ್ಮಗಳನ್ನು ಫಲಾಪೇಕ್ಷೆ ಇಲ್ಲದೆ ಕೇವಲ ಕರ್ತವ್ಯದ ಭಾವನೆಯಿಂದ ನಿರ್ವಹಿಸಿದಂತಹ ಕರ್ಮಗಳು ಸಾತ್ವಿಕ ತ್ಯಾಗ ಎನಿಸುತ್ತವೆ. ॥18.9॥

नियतं सङ्गरहितमरागद्वेषतः कृतम्।
अफलप्रेप्सुना कर्म यत्तत्सात्त्विकमुच्यते॥१८.२३॥

ಕರ್ಮಗಳ ಅಭಿಮಾನವನ್ನು ಬಿಟ್ಟು ರಾಗ, ದ್ವೇಷ ಮತ್ತು ಕ್ರೋಧವನ್ನು ತ್ಯಜಿಸಿ ಫಲಾಪೇಕ್ಷೆಯಿಲ್ಲದೆ ಮಾಡಿದ ಕರ್ಮಗಳು ಸಾತ್ತ್ವಿಕ ಕರ್ಮ ಎನಿಸುತ್ತದೆ. ॥18.23॥

ब्राह्मणक्षत्रियविशां शूद्राणां च परंतप।
कर्माणि प्रविभक्तानि स्वभावप्रभवैर्गुणैः॥१८.४१॥

ಮನುಷ್ಯರು ಜನಿಸಿದ ಸ್ವಭಾವಕ್ಕೆ ಅನುಗುಣವಾಗಿ ನಿರ್ವಹಿಸುವ ಕರ್ಮಗಳನ್ನು ಬ್ರಾಹ್ಮಣ, ಕ್ಷತ್ರಿಯ, ವೈಶ್ಯ ಮತ್ತು ಶೂದ್ರ ಎಂಬ ಒಂದೇ ಸಮಾನದ ಮಹತ್ವವನ್ನು ಹೊಂದಿರುವ ನಾಲ್ಕು ವಿಧವಾದ ವರ್ಗಗಳಿವೆ. ॥18.41॥

शमो दमस्तपः शौचं क्षान्तिरार्जवमेव च।
ज्ञानं विज्ञानमास्तिक्यं ब्रह्मकर्म स्वभावजम्॥१८.४२॥

ಆತ್ಮಸಂಯಮ, ಅಂತರಂಗ ಬಹಿರಂಗ ಶುದ್ಧಿ, ಮನಸ್ಸು, ಶರೀರ ಮತ್ತು ಇಂದ್ರಿಯಗಳ ನಿಗ್ರಹ, ತಾಳ್ಮೆ ಮತ್ತು ಶಾಂತತೆ, ಅಧ್ಯಯನ ಮತ್ತು ಬೋಧನೆ, ಜ್ಞಾನ ಮತ್ತು ಸತ್ಯದ ಅನ್ವೇಷಣೆಯಲ್ಲಿ ದೃಢತೆ– ಇಂತಹ ಸ್ವಾಭಾವಿಕ ಗುಣಗಳನ್ನು ಹೊಂದಿದವನು ಬ್ರಾಹ್ಮಣ ಎಂದೆನಿಸುತ್ತಾನೆ ॥18.42॥

शौर्यं तेजो धृतिर्दाक्ष्यं युद्धे चाप्यपलायनम्।
दानमीश्वरभावश्च क्षात्रं कर्म स्वभावजम्॥१८.४३॥

ಧೈರ್ಯ, ಶೌರ್ಯ, ಪರಿಸ್ಥಿತಿಗಳನ್ನು ಅಂಜದೇ ಎದುರಿಸುವುದು,
ನಾಯಕತ್ವ, ದಾನಶೀಲತೆ – ಇಂತಹ ಸ್ವಾಭಾವಿಕ ಗುಣಗಳನ್ನು
ಉಳ್ಳವನು ಕ್ಷತ್ರಿಯ ಎಂದೆನಿಸುತ್ತಾನೆ. ॥18.43॥

कृषिगौरक्ष्यवाणिज्यं वैश्यकर्म स्वभावजम्।
परिचर्यात्मकं कर्म शूद्रस्यापि स्वभावजम्॥१८.४४॥

ಕೃಷಿ, ಪಶುಪಾಲನೆ, ಪ್ರಾಮಾಣಿಕತೆಯಿಂದ ಮಾಡುವ ವ್ಯಾಪಾರ ವ್ಯವಹಾರ – ಇಂತಹ
ಸ್ವಾಭಾವಿಕ ಗುಣಗಳನ್ನು ಉಳ್ಳವನು ವೈಶ್ಯ ಎಂದೆನಿಸುತ್ತಾನೆ ಮತ್ತು ಇತರ ವರ್ಣದವರ
ಸೇವೆ ಮಾಡುವುದು ಶೂದ್ರರ ಸ್ವಭಾವದ ವಿಶೇಷ ಗುಣಗಳು. ॥18.44॥

कच्चिदेतच्छ्रुतं पार्थ त्वयैकाग्रेण चेतसा।
कच्चिदज्ञानसंमोहः प्रनष्टस्ते धनञ्जय॥१८.७२॥

ಹೇ ಅರ್ಜುನ! ನಾನು ಈತನಕ ನೀಡಿದ ಗೀತೋಪದೇಶವನ್ನು
ನೀನು ಗಮನವಿಟ್ಟು ಏಕಾಗ್ರಚಿತ್ತದಿಂದ ಕೇಳಿದೆಯಾ ? ನಿನ್ನ ಅಜ್ಞಾನದಿಂದ
ಉತ್ಪತ್ತಿಯಾದ ಮೋಹವು ಈಗ ಸಂಪೂರ್ಣವಾಗಿ ನಾಶವಾಯಿತೆ? ॥18.72॥

नष्टो मोहः स्मृतिर्लब्धा त्वत्प्रसादान्मयाच्युत।
स्थितोऽस्मि गतसन्देहः करिष्ये वचनं तव॥१८.७३॥

ಅರ್ಜುನ ಹೀಗೆ ನುಡಿದನು, "ಹೇ ಪ್ರಭು! ನಿನ್ನ ಕೃಪೆಯಿಂದ ನನ್ನ ಭ್ರಮೆ ಮತ್ತು
ಮೋಹ ಸಂಪೂರ್ಣವಾಗಿ ನಾಶಗೊಂಡಿವೆ. ನನಗೆ ನನ್ನ ಕರ್ತವ್ಯ ಸ್ಮರಣೆಯೂ
ಬಂದಿದೆ. ನನ್ನ ಎಲ್ಲ ಸಂಶಯಗಳು ನಾಶವಾಗಿವೆ ಮತ್ತು ನಿಮ್ಮ ಉಪದೇಶದಂತೆ ನಿಮ್ಮ
ಆಜ್ಞೆಯನ್ನು ಪಾಲಿಸಿ ನನ್ನ ಕರ್ತವ್ಯಗಳನ್ನು ನಿರ್ವಹಿಸಲು ಸಿದ್ಧನಾಗಿದ್ದೇನೆ". ॥18.73॥

ಶುಭಂ ಭವತು

❀ ❀ ❀